KỂ CHUYỆN

HỒ HỮU TƯỜNG

KỂ CHUYỆN

LOTUS MEDIA

KỂ CHUYỆN
Tác giả: Hồ Hữu Tường
Huệ Minh xuất bản năm 1965
Lotus Media tái bản, 2019
Tranh màu nước: Hồ Hưng
Bìa và trình bày: Uyên Nguyên
ISBN: 978-0-359-55872-8

Mục Lục

Tựa

Vào thế hệ của tôi, nhất là ở nơi cái xứ thuộc địa Nam kỳ, mà viết được tiếng mẹ, thật là một việc khá hiếm. Trong số khá hiếm nầy, số lớn nhờ cha anh đỡ đầu, như ông bạn già Đông Hồ; số nhỏ hơn nhờ gặp thuận cảnh mà tự học, như anh bạn quá cố Phan Văn Hùm. Sanh trong một gia đình nông dân nghèo, chẳng nhờ cha anh đỡ đầu, lớn lên, mặc dầu bạn tôi, anh Phan Văn Hùm, khuyến khích và chịu khó năn nỉ dạy không công cho tôi viết văn, tôi lại lười biếng. Thế mà tôi cũng được xem là có chân trong làng văn. Việc tuy lạ, song có nguyên nhân của nó. Bởi vì tôi học làm văn từ thuở bé tí hon, moi trong ký ức, có thể nói ngay từ lúc biết nghe, biết hiểu mà nói chưa rành.

Giáo sư dạy văn chương cho tôi là chị tôi, ngày ngày ầu ơ mấy lần để ru cho tôi ngủ; là mấy người chèo ghe bơi xuồng trong rạch, đêm đêm đối đáp nhau bằng những câu hát, bài ca; là tía tôi, một nông dân nghiêm nghị, đoan trang nhưng tài nói tiếu lâm tôi chưa gặp ai ăn đứt nổi, là mấy chú "Huế" theo ghe bầu đem cái giọng lớ lớ của đàng ngoài vào; là công gặt, công đập, khi nghỉ trưa đãi lẫn nhau một vài châu trào phúng; là công thợ làm việc cho chủ đất tôi; và khi tôi biết đọc, là thơ, tuồng, truyện. Những giáo sư ấy tạo cho tôi có một sắc thái riêng biệt. Anh Hùm khuyên tôi học làm văn, để có thể "làm văn hào". Tôi không cần cái danh dự văn hào, bởi tôi mến tiếc cái bản sắc nông dân của tôi. Đọc tiểu thuyết hay của các nước, tôi rất hiểu tiểu thuyết, mà chỉ bám vào lối văn "kể chuyện". Triều Sơn thường phê bình tôi: "Óc tưởng tượng anh phong phú lắm. Anh mà rán lên, viết tiểu thuyết được, thì nước Việt Nam có thể đếm anh là một Dostoievsky hay một Tolstoi" Tôi không đáp. Tôi nhường danh dự làm Dostoievsky, làm Tolstoi lại cho người khác. Tôi chỉ muốn "kể chuyện" cho hoang đường, cho hóm hỉnh cho trào phúng và cho quê mùa, như những giáo sư văn chương của tôi mà thôi. Con nhà trăm anh thế phiệt, ông, bác, cha, anh thảy đều khoa hoạn, thì viết văn điêu luyện như Nguyễn Du, việc ấy hợp lý hợp tình. Con nhà nông như tôi, mà viết văn nông dân, việc ấy cũng hợp lý, hợp tình nữa.

Con vua, thì đặng làm vua,
Con sãi ở chùa thì quét lá đa.

Có cái văn tâm như thế, nên trong chín năm theo chủ nghĩa

Mác-Lê, giáo điều của chủ nghĩa nầy dạy phải viết theo đường lối của "tả chân xã hội" (realisme socialiste), thà tôi nhịn viết văn, chớ tôi không chịu phản lại giai cấp của tôi. Trong cuộc tranh biện về "nghệ thuật vị nghệ thuật và nghệ thuật vị nhân sanh" (1935), tôi đứng ngoài, vì trận thế lúc ấy không cho phép tôi binh vực thứ văn chương mà tôi mến. Cái văn tâm như thế đem những văn tứ "cổ điển" lại. Chuyện "ma", chuyện thần tiên, chuyện hoang đường, chuyện tiếu lâm châm biếm... "cổ điển" là cổ điển của thứ văn chương nông dân ta vào thế hệ của tôi.

Về chuyện ma, kỷ niệm của tôi là kỷ niệm chung của tất cả, tất cả trẻ con Việt ở nhà quê. Một đêm tối om, bên cạnh ngọn đèn dầu leo lét, ba bốn người ngồi mà nghe kể chuyện, một thằng nhỏ giỏng tai nghe. Một lát nó nhảy vào giữa, run sợ. Mà càng run, thì nó càng có lý thú. Nhà văn gốc ở nhà quê, là Sơn Nam, có lẽ cũng có cái kỷ niệm ấy. Thế mà, vào nhà trường, học khoa học của Tây phương, thầy cấm đứa nhỏ ấy tin chuyện ma, cho đó là dị đoan. Năm 1924, học nội trú tại Cần Thơ, tôi ấm ức không được đi xem ma hiện về nhà của một ông giáo sư trung học dạy về khoa học. Chúng bạn đi xem rần rần, sáng vô lớp kể nhau chẳng ngớt những chi tiết của việc ma về. Ông giáo sư ấy nay còn sống và vẫn ở tại Cần Thơ. Ai có học trường trung học ở tỉnh ly nầy đều biết ông: Nguyễn Văn Trọng. Khi nhập vào chủ nghĩa Mác-Lê, thì giáo điều của duy vật luận biện chứng pháp lại càng nghiêm khắc với chuyện ma hơn nữa. Thế mà, sự thật lại khác hẳn. Năm 1932, nhà của một người bạn của Tạ Thu Thâu là trạng sư Blaquiere, ở đầu đường Taberd (nay là Nguyễn Du) xéo xéo Nhà thờ Lớn, lại có ma, dời bàn, khiêng ghế, dựng ván đứng lên, làm "trò khỉ" (mượn lời của cựu Thủ tướng Hương). Nhà Mácxít Tạ Thu Thâu tức quá, luôn ba đêm đến đó ngủ, để nghiên cứu bọn ma có quyền lực gì, mà làm cái công việc mười người lực lưỡng chưa chắc làm nổi… Nhưng mà quyền lợi của chủ nghĩa duy vật, mà chúng tôi đương vác cờ, không cho phép chúng tôi nói đến… Ít nữa là trước công chúng.

Năm 1930, tôi rời chủ nghĩa Mác-Lê. Ở tù bốn năm xong, tôi bị dời qua An Hải. Tết năm ấy, có hiện tượng "ma dấu". Người bị ma dấu là một "cộng sản duy vật". Sống việc ma dấu nầy, gần hai trăm người, mà kẻ duy vật là tối đại đa số. Phần đông, nay là "lãnh tụ" cả (Người bị ma dấu, lúc tôi bị án tử hình, còn gặp lại tại Côn Sơn, sau khi anh ra hoạt động trong mười năm, rồi bị bắt lại). Ra tù, có cơ hội viết, tôi thuật chuyện ma dấu nầy, không phải để thuật chuyện ma, mà cốt để tuyên bố rằng "nhà văn nông dân", bấy lâu nay bị ràng buộc bởi giáo điều Mác-Lê, nay đã cởi mở hoàn toàn. Đó là một tuyên ngôn. Vì vậy mà bài "Xuân An Hải" được đăng ở địa vị của nó trong tập nầy. Từ ấy mà tha hồ "kể chuyện", hóm hỉnh, trào phúng, châm biếm. Độc giả ắt nhận thấy nơi mỗi bài cái sắc thái "chuyện tiếu lâm" mượn một cái tứ xa xôi mà công kích một chuyện trái cựa.

Bài "Cọp hú", là một bài chửi vào mặt bọn ăn tiền thực dân mà vọng ngoại, trở lại đánh đập kẻ đồng huyết thống của mình. "Răng đen" có mục đích tố cáo sự láo dối của thực dân, đồng thời châm biếm tục nhuộm răng của đồng bào ở Bắc… Đến như những "Chuyện râu quặp", thì thú thật, là những chuyện do tía tôi kể, để nhạo những ai lập trang mà thờ bà còn sống. Riêng có bài "Nàng mọt sách" là một câu chuyện thần tiên mà tôi xây dựng ra để ca tụng thú vui của kẻ sống trong "vạn quyển thơ lâu".

Khi bạn thân của tôi, là anh Đông Hồ, cho ra tờ *Nhân Loại*, tôi có đem cái tứ của câu chuyện thần tiên nẩy mà hiến cho bạn, để cho bạn mở một loạt bài "Tóm tắt mỗi kỳ một sách hay" và ký cái tên mới là Nàng Mọt Sách. Ngay trong số I (8-VI.1953) chị Mộng Tuyết, thất tiểu muội, đã kể lại cái tứ, và đánh dấu nguồn gốc của tứ bằng nhân vật Hồ Sinh. Văn của chị Mộng Tuyết rất điêu luyện, do đó mà mất sắc thái quê mùa, nên chỉ năm 1955, Hồ Sinh thuật lại trên mặt của *Truyền Tin*. Vậy nhờ Mõ Làng Văn rêu rao cho làng hay rằng, mười năm đã qua, chị Mộng Tuyết không kiện Hồ Sinh về tội "đạo tứ", thì ngày sau, có ai buộc tội cho Hồ Sinh về "đạo văn", thì oan cho Hồ Sinh lắm lắm.

Nay gom một mớ chuyện kể, đã in từ 1948 đến 1955 - rất tiếc là tôi không tìm lại được quyển sách con *Quả trứng thần*[1]

---

[1] Bạn nào còn giữ *Quả trứng thần*, xin cho tác giả mượn (nguyên chú của Hồ Hữu Tường).

trong ấy còn chép nhiều truyện cổ tích thần tiên - mục đích của tôi là lập một cuộc lễ tạ ơn những vị giáo sư đã dạy tôi viết văn nhà quê, hoang đường, hóm hỉnh, trào lộng và châm biếm, đặc biệt của nông dân miền Tây vào đầu thế kỷ XX nẩy.

Sài Gòn, I-VI-1965.

Xuân An Hải

Kể ra tôi đã ăn được nhiều cát Tết ly kỳ, ngoài những Tết như mọi người, với pháo tạch đùng, với quần áo mới, với ăn uống ngỏa nguê, tôi còn sống những cái xuân lạ lùng. Cần chi đến những cái; một cái thôi, cũng đủ làm cho đời người khác thường rồi.

Có cái xuân ở Pháp, anh em hội lại gây lấy bầu không khí nước nhà, rồi có người - nay cũng là tai mắt của xã hội - đứng lên ca một bài Tứ đại giọng xưa không nhịn cười được.

Lại cái xuân cũng ở Pháp, một lần ăn Tết mà không có tiền đã hơn hai ngày rồi, mà ngày ấy, mừng ông bà bằng nước lạnh, khi mà ngoài trời tuyết rơi trắng đất.

Cũng cái xuân trốn tránh không cho người biết nhà, thế mà có năm gã thanh niên yêu văn rình theo được, hôm ấy lén đến "dâng" cho một bó hoa với mấy cái bánh chưng.

Và cũng trốn tránh mà không tiện vì không muốn cho hai bên hàng xóm để ý, phải bắt chảo, bỏ nước vào cho nó nổ xèo xèo, tỏ ra nhà mình cũng ăn Tết bằng những cao lương mỹ vị!

Cũng có những cái xuân ở khám lớn, bà con ở ngoài gởi đủ món ăn vào, làm tiệc ê hề rồi anh em bay ra hát bội, cải lương, múa lân đấu võ, thú vui còn gấp mấy lần ngoài "đời".

Và trong cảnh tù tội ở Côn Đảo, ăn Tết mà bị còng chân cả tháng bên cạnh nhà văn Phan Văn Hùm, tha hồ buông tư tưởng đẳng phi trong lãnh vực thơm tho của văn chương nghệ thuật, khi mà lỗ mũi để khít bên mấy cái ti-nết không đậy nắp. Có cái xuân vừa bị bắt trong một cuộc hành quân, đưa về Hà Nội sau cuộc đánh nhau 19-12-1946, trong túi vắng hoe, đến không có một mảnh mù soa, trong lúc mà ăn gạo hai ngàn rưởi một tạ và ngoài đường không có bóng người đi...

Nhưng không có một cái Tết nào để vào tâm hồn tôi một ấn tượng mãnh liệt bằng cái xuân ở An Hải. An Hải là tên một cái làng xưa ở Côn Đảo. Nay làng ấy không còn, bởi vì thường dân không được ở ngoài ấy nữa. Tuy vậy, hãy còn một vài di tích như mấy cây dừa sống đã hơn trăm năm, như cái miếu Bà mà người ta trùng tu mãi mãi, hoặc mấy cái nền nhà xưa...

Làng An Hải không còn nhưng nơi ấy vẫn được kêu là An Hải và làm trại giam những tù lưu. Năm 1943, trại giam dời vào nơi ấy. Và khi tôi ở mãn hạn tù bên Côn Lôn, thì bị đưa lội bộ bốn cây số vào trại giam An Hải nầy. Đời trại giam không cần phải kể. Vả lại, bài nầy là thuật cái xuân ở An Hải mà thôi. Vậy hãy bước ngay vào đề.

Ở tù thì biết lúc nào mãn! Ở trại giam lại càng không biết hạn. Ngày mai, cũng phải, trọn đời không biết chừng. Nên năm ấy anh em định tổ chức một buổi ăn Tết thật long trọng để quên bớt những cảnh khổ. Nào đốn đủ đỉnh về bông rạp, nào làm bánh, nào nấu thập cẩm, nào tổ chức nhiều cuộc chơi: tranh vô địch cờ tướng, hát sơn đông, mãi võ... Và anh em ngày ấy để cho tự do một chút, vài người bày cuộc đỏ đen như ở "đời"...

Đến sáu giờ tối "lập binh" để đếm coi số người ở trại còn đủ không, đếm ba lần thấy còn thiếu một người.

Kiểm điểm lại coi, thì là thiếu anh Xa.

"Xa trốn rồi à?"

"Vượt ngục à?"

"Không đâu! Hồi chiều, tôi thấy nó thua cờ bạc, có lẽ nó buồn..."

" Rồi nó đi tự vận", một anh thường trào phúng, nói giễu.

"Biết chừng đâu Xa tự vận thiệt. Đâu ta kiếm xem!"

Trại giam ở cạnh chân núi, núi có cây mọc um tùm. Một trăm mấy chục người chia nhau đi tứ phía. Từ sáu giờ tối trời hãy còn thấy rõ, cuộc tìm kiếm kéo dài đến đốt đèn lên, kiếm tới chín giờ tối.

Nơi nào có dấu chân người có thể để đến được là tìm đến. Nhiều người đã nản, kéo về trại nghỉ.

Bỗng có tiếng hú vang, tiếng hú xa tít từ trên chót núi Chùa đưa xuống, lẫn với tiếng cây cối rung chuyển ào ào, như cơn bão rừng, như đạo kỵ binh rần rộ từ trên cao kéo xuống, nghe lạnh xương sống. Trông theo tiếng hú, thì thấy anh Xa mắt nhắm nghiền, hai tay đưa ra trước như nắm một dây cương ngựa tưởng tượng, từ trên cao phóng xuống như bay. Điều mà giữa ban ngày không ai dám làm, nữa là ban đêm, cái đêm cuối năm đen như mực xạ. Vì dốc hẩm đứng, đá lồi lõm, sa chân một cái thì nhào lăn, lăn luôn, rồi chắc chắn là xương tan ra từng mảnh.

Thế mà Xa cứ chạy, chạy như bay, lướt trên mặt đá chơm chởm.

Có người tỉnh trí gan dạ chặn đường. Một người lấy tay quất ngang giò Xa cho bổ nhào, mấy người khác đón ôm liền, đừng cho ngã đầu vào đá. Rồi trói lại khiêng như khiêng thịt săn. Miệng Xa cứ nói lung tung. Về đến trại giam, thả Xa ra thì Xa lại vụt chạy. Giữ anh lại, thì anh ngồi, cong hai đầu gối lại, tay rút như rút gò cương ngựa, miệng làm xàm:

"Làm gì cầm ta lại đây, để ta đi, đi với ông… ông… đội mão vàng, mặc giáp bạc…"

*

Trong trại giam chánh trị, một nữa là anh em theo duy vật, không tin thần thánh. Một nữa là các ông đạo rất mê tín. Phái duy vật thì cứ cười bảo :

"Xa nó thua cờ bạc, nó giả điên cho khỏi trả nợ."

"Mầy nói nhỏ nhỏ. Để nó nghe nó càng làm điên thêm."

"Mầy hỏi nó ăn tiệc với thần núi có gì lạ? Đồ ăn thần có hơn đồ ăn tù không?"

"Chắc tệ hơn, nên nó chịu không nổi mới về đây chớ. Nếu ăn sướng, dại gì mà nó 'phi ngựa' chạy về."

Còn các ông đạo thì tin lắm, khấn vái liền miệng để cho thần linh tha cho Xa.

Ky giục tôi :

"Mầy lại dụ nó, xúi nó đòi các ông đạo cùng cho… giáp bạc."

*

Sáng hôm sau, nhìn lên chỗ Xa chạy đêm rồi, người ta còn thấy những ngọn cây ngã rạp, cành lá tả tơi, từ trên ngọn núi chạy thẳng xuống một đường đánh dấu một ngàn thiên binh vạn mã vừa trải qua.

*

Trong trại giam… một lít rượu, tụi mình kế với thần chơi…

Xa điên như vậy cả tuần, mà chưa biết điên thiệt hay điên

giả để làm đối tượng cho cuộc tranh luận về duy tâm và duy vật.

*

Tôi nhắc lại chuyện nầy không phải để bàn về cuộc tranh biện về duy tâm hay duy vật đã ồn ào ở trại cả tuần lễ. Nhân việc ấy mà phái tinh thần quyền bảo rằng các ông thần mà Xa thấy đó chắc là các ông tướng đã theo phò Nguyễn Phúc Ánh trú tại Côn Đảo…

Trong lịch sử tẩu quốc của chúa Ánh, có hồi bị Tây Sơn đuổi, chạy ra Côn Đảo. Chính chúa Nguyễn đã trú tại làng An Hải nầy. Ngày nay hãy còn nhiều dấu tích…

Nhơn chuyện anh Xa mà cả tuần tôi phải bị nghe nhắc tới chuyện vua Gia Long và các vị đại thần. Nào chuyện kho vàng của chúa Nguyễn chôn một nơi nào trên núi Chúa. Nào chuyện quật mồ của mấy vị đại thần để lấy áo mão đai cân bằng vàng ngọc…

Ky cứ trào phúng mãi. Được một mảnh chén to, Ky đưa cho tôi và nói :

"Cất để dành đi! Di tích chén rượu của Nguyễn Phúc Ánh đấy!"

Câu chuyện nầy, hồi đó đã làm cho tôi mang một mối buồn vô biên. Người xưa cũng gặp năm vận bĩ. Một trăm rưỡi năm trước đây, người đã đến lánh nơi An Hải nầy. Nhưng sau người ta lại lập được một sự nghiệp lớn, còn mình gặp một vận bĩ hơn. Đến An Hải không là ông vua tẩu quốc tự do, mà là thân tù tội.

Nay chép lại chuyện này giữa buổi năm tàn lại càng buồn hơn nữa là tám chín năm đã trải qua rồi, đời sống bây giờ chỉ là việc chạy cơm ngày hai bửa, mà không tròn!

(*Ánh Sáng*, số Xuân Kỷ Sửu)

Răng đen

Năm ấy tôi đã học xong và sắp sửa mua giấy tàu về xứ.

Anh Ali, người Maroc, đã mấy năm cùng tôi chung một trường, một lớp, mà vẫn không nói chuyện với nhau, nay lại đến gần tôi. Rồi cố dẳn sự cảm động của anh, cái cảm động quá dỗi dào phải tiết lộ bằng giọng run run, anh Ali, người Maroc nói:

"Trước khi anh về, anh hãy để cho tôi mời anh ăn với tôi một bữa cơm."

Một bữa cơm yên lặng và nghiêm trang giữa hai chúng tôi, không có mọt việc chung để làm để cho câu chuyện. Tôi muốn giở một ít câu sáo, về thời tiết, về phong tục của xứ anh hay xứ mình để bán, hầu đánh tan sự im lặng. Nhưng thấy anh Ali nhìn tôi với cặp mắt, vừa đầy yêu đương vừa đầy sợ sệt, và đầy ngạc nhiên, tôi biết nỗi lòng của anh Ali chan chứa lắm, nên tôi đành để cho anh tha hồ mà sống với những tình cảm nồng nàn ấy.

Cơm xong, anh Ali mở lời:

"Tôi không hiểu sao hôm nay tôi có nhiều nghị lực mà ngồi ăn cơm với anh như thế?"

"Việc gì mà khó dữ vậy? Chỉ có ăn cơm mà!"

"Thú thật với anh rằng mấy năm chúng ta ăn học chung với nhau, không biết tại sao, tôi yêu anh lắm, mà không dám gần anh."

"Sao vậy?"

"Tôi sợ anh lắm."

"Tôi đã làm gì đến đỗi anh sợ như thế?"

"Thì đây…"

Rồi anh Ali, người Maroc mới kể cho tôi mẩu chuyện nầy.

*

Năm ấy, tôi được tám tuổi. Bên xứ tôi, dọc theo dãy núi Riff liền với đồng sa mạc, tướng Abd-el-krim khởi loạn, kéo dân đứng lên chống trả lại sự thống trị của thực dân. Người Maroc chúng tôi gan lắm, liều lắm, đánh du kích hay lắm, nên đạo quân của Abd-el-krim luôn luôn được thắng.

Rồi một ngày kia…

Bên đối phương tung ra rất nhiều truyền đơn. Đại ý như thế nầy:

"Quân phiến loạn đừng vì một ít thắng lợi nhỏ mà sinh kiêu căng. Họ phải hiểu rằng lâu nay họ chỉ gặp phải những toán quân nhân từ.

Nay họ phải sớm hiểu mà qui hàng. Bằng không thì phải biết: Họ sẽ gặp phải đạo binh của các 'Tirailleurs Annamites' thì coi chừng đa! Những người nầy ăn thịt người, ăn sống, ăn rất nhiều, ăn cho đến đỗi máu đóng răng, khô thành đen đi!"

Ăn thịt người, răng dính máu máu khô làm cho răng đen đi! Những người ấy ai mà không sợ?

Đạo quân Annamites kéo đến đâu, loạn quân vì sợ mà rã trước rồi. Abd-el-krim vì vậy mà cô thế, bị bắt. Cuộc nổi loạn từ ấy bị dẹp.

Và cũng từ ấy, con nít ở xứ tôi có khóc thì chúng liền bị nhát.

"Nín đi! Nín đi! Kẻo Annamites răng đen đến ăn thịt bây giờ!"

*

Ngày nay, anh bạn Ali của tôi ở tận gốc trời kia, dầu bị thực dân doạ nạt thế nào, ắt cũng không sợ nữa. Bởi vì từ ba năm nay, đâu còn người "Annamites"! Từ ba năm nay, chúng ta là người Việt Nam, và người nhà quê Việt Nam cũng bỏ tục nhuộm răng đen... Để cho thực dân không còn tuyên truyền láo nữa.

(*Ánh Sáng*, số 161, ngày 15-9-1948)

Dưa hấu Đồng Nai

Đây là một bức thơ của một độc giả gởi cho:

Sài Gòn, ngày...

Kính ông Lân Trinh,

Tôi là một người từ miền Bắc vào. Tôi có đọc hai bài "Răng đen" và "Cá gỗ". Bài châm biếm tục nhuộm răng và tính hà tiện của một số đồng bào. Cũng tốt! Nhưng sao lại ông ngừng ngang đó mà không thuật một chuyện "Dưa hấu" để giải thích cái danh từ mà người vùng Bắc đã dùng để gọi anh em miền Nam? Hay là ông có óc địa phương, không muốn chế tính xấu của vùng mình?

Chào ông và...

Và đây là bài chúng tôi kính dâng cho vị độc giả có cảm tình tốt đối với "Lân Trinh".

*

Ngài muốn nghe tôi kể chuyện DƯA HẤU à?

Tôi nào có tài đặt ra những chuyện trào phúng và đủ sức đến đáp lòng chiếu cố của ngài? Hai lần trước tôi chỉ thuật lại những từ của người khác. Nói vậy để "của ai trả cho nấy" bởi vì tôi không ưa cóp văn.

Còn việc ngài bảo tôi có óc địa phương, thì có lẽ ngài nghĩ lầm. Ngài có biết tôi là người gốc ở vùng nào trên đất Việt Nam chăng? Nhưng không sao, ngài muốn, thì tôi xin trả lời nhưng ít ra, ngài cho phép tôi cắt nghĩa cho độc giả miền Nam cái danh từ DƯA HẤU ít thông dụng và có hiểu nó, hoạ là một ít ông đốc, ông thầy thuốc, cựu sinh viên trường cao đẳng. Tôi nói cao đẳng để chỉ cái thời xưa xa lắc kia. Chớ bây giờ người ta gọi là trường đại học.

Thuở ấy, đồng tiền ở Bắc rất đắt giá. Người ta còn xài đồng trinh. Một người ở trọ đi học, mỗi tháng đóng tiền cơm một đồng bạc là sang lắm. Đi xe ta một cuốc thật xa, mà trả hai xu, thì anh phu xe, mình đẩy mồ hôi, chìa hai tay rước lấy và cảm ơn lia lịa.

Trong tình cảm ấy, các cậu sinh viên ở miền Nam ra, ăn xài theo cách người Sài Gòn, với số tiền chục tiền trăm của các vị điều chủ Cần Thơ, Bạc Liêu, Rạch Giá gởi ra, thì ông phán, ông ký cũng phải thua. Đã vậy, họ mang theo một mớ tính tình của người Nam, gan dạ, liều lĩnh, có trong bụng cái gì thì nói hết, không sợ ai. Cái giàu có và ngang tàng của họ làm cho nhiều người mến, và một ít trận đánh lộn với người thừa quyền thế làm cho dân chúng khâm phục.

Lẽ tất nhiên hạng người giàu tình cảm là hạng dễ bị chinh phục. Các cô thiếu nữ đẹp ở Hà Thành đều dành trong trái tim một chỗ cho một cậu sinh viên Sài Gòn. Phần đông đủ giáo dục, có thể nén tình cảm bồng bột của mình. Một số ít để cho tiếng nói của trái tim quyết định và dan díu với các cậu xa quê nhà muốn tìm một tâm hồn bạn để an ủi mình. Câu chuyện cũng là câu chuyện thường ở các nơi nào có trường đại học.

Cái phải đến tất nhiên đến. Các cậu học xong, nghỉ việc, lo trở về. Biết đâu ở nhà cha mẹ đã chọn sẵn một chỗ môn đường hộ đối, hay là một vị hôn thê đương chờ từ mấy năm? Còn các cô lãng mạn đã đoạn tuyệt với gia đình để đến sống nơi những cái ổ ấm áp kia cũng chưa hay gì ráo. Có lẽ họ cũng nuôi cái mộng cùng người yêu xuống tàu về Nam. Nhưng đã mấy ai thấy mộng ấy thực hiệ ? Thế là các cô... bây giờ đã già rồi, đành căm giận, mà mắng xéo những chàng bề ngoài coi đẹp đẽ, mà trong lòng cũng xấu như ai. Muốn tượng trưng cái tương phản giữa bề ngoài và bề trong, các cô mượn hình ảnh của cái ngoài xanh trong đỏ, tức là quả dưa hấu mà ám chỉ các bạc tình lang của mình. Rồi danh từ "dưa hấu" từ đó tràn lan, nhưng chỉ trong vòng các tiểu thư đài các ở Hà Nội và các sinh viên miền Nam. Ngoài ra công chúng trong

Nam và ngoài Bắc ít ai biết tới...

Danh từ "dưa hấu" cũng như danh từ "cá gỗ" theo cái quan niệm thông thường, thực không có gì là tươi đẹp. Đã trót thuật hai câu *chuyện răng đen* và *cá gỗ* với một luận điệu khác, thì cũng nên theo cái luận điệu ấy mà sơn đẹp lại danh từ dưa hấu bằng câu chuyện như thế này:

Khi ông Nguyễn Huệ kéo binh ra Bắc lần thứ nhất, xô ngã thế lực của chúa Trịnh làm cho vua nhà Lê kinh hồn sợ cái ngai vàng mình sụp luôn, thì Cống Chỉnh dân kế xin đem gả cho Huệ nàng Chúa Tiên là Ngọc Hân công chúa. Huệ bằng lòng cưới. Bởi vì kế hoạch của người trong giai đoạn này đâu có chạm đến ngai vàng của vua?

Ngay đến Cống Chỉnh mà người còn không ý động đến nữa mà! Và chính đó là tài chính trị vô song của vị anh hùng Gò Găng. Mà Huệ cũng biết Ngọc Hân công chúa không phục mình, và việc hôn nhân đây chỉ là việc tùng quyền, hay là dùng mỹ nhân kế để lựa lúc say tình, mê ngủ, mà nàng chúa Tiên sẽ cho mình một mũi dao có tẩm thuốc độc? Con diều bể Cống Chỉnh đang gấm ghé ngai vàng này đâu phải là tay không mưu mô sâu độc! Thế nên công việc đầu tiên là chinh phục trái tim của nàng công chúa sắc tài có một.

Trái với tục truyền, cho rằng đám cưới long trọng lắm, hôm lễ rước Ngọc Hân công chúa, Nguyễn Huệ ăn mặc theo quê mùa, vải bộ và chỉ có đem đến vỏn vẹn một quả dưa hấu. Vua và triều đình sợ oai vị anh hùng bách chiến bách thắng, không ai dám bắt lỗi, chỉ có Ngọc Hân công chúa, khi động phòng mượn tình thân mật mà hỏi:

"Sao chàng đối với bên phía thiếp như thế?"

"Tôi là người nông dân xuất thân, nương nơi một phong trào nông dân mà lập sự nghiệp. Thế nên ăn mặc vải bộ luôn luôn để chỉ rõ chân tướng của tôi và cái ý muốn luôn luôn đi sát với dân quê."

"Vì sao chàng nạp lễ bằng một quả dưa hấu?"

"Để tỏ rằng tôi đây như một quả dưa hấu. Tuy bể ngoài có màu xanh của một anh nông dân, màu của ruộng xinh tươi, nhưng trong lòng tôi nuôi chí lớn, phiên đảo vũ trụ, lập một sơn hà mới, và tự ví mình với vua Xích Đế là Lưu Bang đã bại Tần, thắng Sở mà xây dựng nhà Hán chói lọi mấy trăm năm cả một vùng trời… Nàng không thấy sao? Tôi đã lựa ngọn cờ đào làm cờ tranh đấu kia mà! không biết Ngọc Hân công chúa có nuôi ý ám sát Nguyễn Huệ chăng? Nhưng đến sau khi Quang Trung hoàng đế chết, Ngọc Hân có khóc chồng mấy câu :

… Áo vải cờ đào
Cứu dân dựng nước biết bao công trình

Đó, sự tích của dưa hấu là vậy đó.

(*Ánh Sáng*, số 200, ngày 30-10-1948).

Cọp hú

Năm nay là năm con cọp, mà không nói chuyện cọp hú, thì thấy chừng như có gì thiếu sót. Chẳng khác gì các cô sắm thức ăn Tết, mà quên món "bánh của dân tộc" là bánh tét vậy.

Năm ấy, chúng tôi ở Côn Lôn, mà bị cấm cố, nghĩa là không được món quà gì hết, đến ra sân hưởng không khí cũng không được. Nhưng đã là người Việt Nam, mà gặp dịp Tết mà không ăn Tết, thì nghe đâu như mình đã hoá ra kẻ vong bản. Thế nên trong khám riêng của tôi, vài anh em ăn Tết với nhau… bằng tưởng tượng.

Thay vì quà bánh, chúng tôi có lối riêng, là nhờ một anh kể ra một món ăn trân mỹ nào đó, từ lúc bắt con thịt, làm cách nào, xào nấu làm sao, gia vị cách nào và dọn theo kiểu nào. Nói nghe mà thèm nhểu nước miếng. Hay nhất là chỗ nầy, trong lúc nói, anh hứng quá, thành ra anh kể nhiều món tỉ mỉ, mà thật ra anh chưa từng thấy bao giờ, và có lẽ miệng anh nói, lỗ tai anh nghe cũng rất thú vị như những người khác.

Mà ăn Tết, lại không có một số báo mùa xuân đọc giải trí, thì sao dám gọi là ăn Tết? Chúng tôi ở vào cảnh tù, thiếu thốn mọi bề, thì tấm lòng không khác nào trẻ con nên bốn năm. Nó không có con ngựa cỡi chơi à? Thì có khó gì? Nó cặp một khúc sậy vào giữa hai chân, tay cầm cương, tay quất phía sau, miệng hự hẹ om sòm, thì con ngựa cũng chạy vậy. Và cũng chưa chắc gì người cỡi ngựa thiệt được sung sướng hơn nó cỡi con ngựa tưởng tượng của nó đa, các ông các bà ạ! Còn chúng tôi không có một tập báo mùa xuân với những bài của những ngọn bút có tài, thì chúng tôi xuất bản miệng tờ báo xuân tưởng tượng.

Nếu các món quà bánh có thể không ngon bằng các thứ ăn thiệt, thì độc giả nên tin rằng "tờ báo miệng" của chúng tôi hay lắm. Các bạn đồng nghiệp nếu không bằng lòng lời phê phán của tôi, rất khó mà chứng minh rằng họ có tài hơn bọn tù chúng tôi. Bởi họ viết thì cái nhảm nhí còn đó, mà tờ báo miệng của chúng tôi nghe qua rồi, bay mất chỉ để lại một kỷ niệm đẹp đẽ mà thôi. Và sau đây là bài "Cọp hú" của một anh bạn gốc ở Cà Mau. Độc giả chớ quên rằng vì là báo miệng nên thỉnh thoảng có kẻ xen vô cãi.

*

Mấy anh có biết cọp hú là cái gì không? Nếu không, thì về

sau, có mở miệng mà thề, thà thề cái gì còn có cơ tránh được, chớ đừng thề cọp hú nhé!

Hồi xưa có một người nọ tánh hay mèo chuột, nên khi đi ra Huế để thi, thì vợ gọi vào buồng nói thỏ thẻ rằng :

"Tôi nghe đồn các cô gái Huế vừa đẹp vừa đa tình, đến đỗi ca dao có câu:

Học trò ở Quảng ra thi,
Thấy cô gái Huế ra đi không đành.

Nay mình ra Huế, mình thề với tôi đi, thề rằng mình sẽ luôn luôn trung thành với vợ."

Anh chàng nầy vốn biết tánh mình, nên chọn một lời thề, mà chàng cho là ít độc địa hơn hết, để thề cho vợ tin, hầu đi cho mau mà hưởng thú vị của sông Hương với bao nhiêu mỹ nữ gieo những giọng mê hồn trên mặt nước lờ đờ. Thế là anh ta thề:

"Tôi mà không trung thành với mình thì cọp hú."

Trong trí chàng ta tưởng rằng dẫu cọp có hú, mình có nghe mà không đến, thì lại có hề hống gì mà sợ? Còn bà vợ gốc người Khánh Hoà, là nơi cọp nhiều có tiếng, nghe lời thề độc địa như vậy, nên vui lòng cho anh ra đi "lập chữ công danh". Anh ấy cũng lập chữ công danh vậy. Nhưng là chuyện phụ thuộc, còn việc chánh là anh đã để bao nhiêu thì giờ, tiền bạc và tâm trí, để thí nghiệm xem câu ca dao mà vợ vừa nhắc đó có quả như vậy chăng?

Trong mười lăm năm, hai vợ chồng anh ta sống ở các thành thị lớn, nên lời thề kia chưa có dịp ứng nghiệm được...

Nói đến đây một thính giả xen vào cãi:

"Mầy là duy vật, mà tin chuyện dị đoan nữa à?"

Mấy bạn khác chặn lại:

"Để nó nói hết cho mà nghe. Ai biểu mầy phải tin. Nghe cốt là tìm cái thú vị thôi, chở nó có duy tâm hay duy vật gì trong câu chuyện hoang đường."

Người nọ yên lặng ngồi, để nghe kể tiếp.

Một hôm kia, bà vợ về Khánh Hoà thăm quê nhà, rủi bị cọp bắt ăn đi, thì bữa sau, ứng mộng liền cho chồng mà nói rằng:

"Hôm kia tôi mới bị cọp bắt ăn, thành cái cô hồn thứ chín mươi tám của con cọp đó. Nếu nó ăn được thêm hai mạng người nữa, thì nó thành con hùm xám, đã dữ dằn, lại hú được. Hồi đó mình có thề láo với tôi rằng khi ra Huế, mình sẽ trung thành với tôi, không thì bị cọp hú. Bấy lâu nay, tôi tưởng là mình giữ lời hứa, nào dè nghe bọn cô hồn ấy nói chuyện, tôi mới hay rằng mình mắc lời thề."

Chàng ta nghe nói như vậy, sợ hãi hỏi:

"Bọn cô hồn ấy nói cái gì?"

"Khi hồn tôi vừa lìa khỏi xác, thì tôi thấy chín mươi bảy cái hồn khác đương nhảy múa reo mừng rằng: 'Được một nữa rồi, còn thêm hai, thì cọp nầy thành hùm xám, rồi nó sẽ hú thằng cha gạt vợ cho mình coi chơi!' Tôi nghe lấy làm lạ hỏi chúng nó, thì bọn cô hồn ấy bảo: 'Lời thề cọp hú độc địa lắm, nên không ai dám mở miệng mà thề: mà rủi có nói lỡ, thì lại rán giữ đừng cho mắc vào. Thành ra từ xưa tới giờ chưa có ai bị cọp hú lần nào cho biết. Lần nầy lại được xem thì thích lắm!'"

Dừng lại một chút, để nhìn chồng với vẻ mặt thương hại, bà vợ nói tiếp:

"Ban đầu tôi giận mình lắm!"

Anh chồng ngạc nhiên hỏi:

"Làm gì mà giận?"

"Tôi giận mình sao có lén tôi mà đi mèo chuột, đến nỗi mắc lời thề. Tôi muốn để mặc kệ cho cọp nó hú mình, tôi coi chơi cho đã hư."

"Chuyện đã mười lăm mười bảy năm mà còn ghen nỗi gì?"

"Mình không biết tánh của đàn bà sao? Chuyện bóng chuyện gió còn ghen được, huống chi là chuyện thiệt, dầu nó cũ mười mấy năm…"

Anh chàng nghe nói buồn dàu dàu, thì vợ nói tiếp:

"Nhưng tôi nghĩ lại. Người không bị cọp hú mà chỉ bị ăn suông, thì về sau còn khỏi cái kiếp bị cọp ăn. Chớ bây giờ mình bị cọp hú một lần rồi, thì sau đời đời kiếp kiếp, mình sẽ làm người bị cọp hú và ăn thịt."

Nghe nói vậy chàng ta hoảng hốt, trách mình sao có quá ham vui mà mắc phải lời thề độc địa như vậy. Vợ lại nói thêm:

"Mà khổ là mỗi lần bị cọp ăn như vậy, nào phải như người thường bị ăn đâu! Cọp nó hú lên, rồi mình làm cái trò gì lạ lùng cho đến đỗi, bao nhiêu cô hồn còn nán lại xem cho thoả con mắt một lần cho biết..."

Nghe thuật chuyện đến đây, một người gọi nhỏ bạn ngồi kế bên nói:

"Mầy cũng hảo ngọt: đó, thấy chưa? Nhớ đừng thề với mấy lời thề cọp hú nghe!"

"Chuyện dị đoan như Liêu trai chí dị, hơi đâu mà tin, mà sợ."

Mấy người kia xì xịt:

"Nín mà nghe có được không?"

Người thuật nói tiếp:

Nhưng mà hồn vợ anh nọ cũng lành, nên lần lần thương hại chồng và nói rằng:

"Bây giờ tôi nghĩ có kế nầy, hoạ may cứu mình được. Việc thứ nhất là hai cha con mình dắt nhau đến Bình Định mà tìm ông Đào Duy Quân. Ông đó là cháu tám đời của ông Đào Duy Hiến, là thầy dạy nghề văn nghiệp võ cho Nguyễn Huệ thuở trước. Ông còn giữ lắm ngón bí truyền của tổ tiên. Hai cha con rán năn nỉ khóc lóc, để nhờ ông truyền chút ít nghề mà giữ mình. Mình già yếu rồi, đi đâu phải dắt con theo, rủi cọp có hú, thì vừa mình đỡ, vừa con chống cự, hoạ may cọp không làm gì được. Còn phần tôi, tôi sẽ chịu khổ, luôn luôn mách trước cho người ta hay; để cho con cọp đã ăn tôi, lại không thể ăn thịt hai mạng nữa. Thế là nó chưa ăn đủ số trăm mạng tức là chưa thành hùm xám, thì nó không thể hú mình được."

Tỉnh giấc dậy, chàng ta nhớ lời vợ dặn, sợ quá. Và gọi con lại mà tính đi học nghề võ. Bởi con va là con gái; nên va giấu việc lời thề nọ, mà chỉ nói rằng vợ về mách rằng có huông cọp ăn nên phải để phòng. Khi đến Bình Định, tìm phủ Tuy Viễn mà hỏi thăm thì quả có ông già tám mươi tuổi tên là Đào Duy Quân, làm nghề thầy thuốc, chớ không phải là thầy nghề võ. Tìm mãi chẳng có ai khác, mà không lẽ lời vợ ứng mộng lại không linh, anh ta mới dắt con tới ông già, khóc lóc, mà xin cứu mạng. Ông già động lòng hỏi có bịnh gì, thì hắn ta mới kể chuyện có huông cọp ăn, vợ ứng mộng bảo đến cầu học mà giữ mình.

Ông thầy thuốc mới nói thiệt rằng tổ tiên mình đã truyền lắm ngón hay, nhưng căn dặn rằng: "Chớ dạy cho kẻ khác, họ dùng đó mà làm nghề ăn cướp. Cứ giữ ngón bí truyền của nhà, dành đó cho những vị anh hùng nào như Nguyễn Huệ mà dạy tận tình cho, hầu cứu dân giúp nước. Nếu không nghe lời mà truyền cho những kẻ không lương tâm, thì sẽ bị cọp hú." Hắn ta nghe nói khóc lóc năn nỉ rằng:

"Tôi học đây, chỉ để giữ mình thôi. Nếu hai cha con tôi không giữ bí truyền của thầy, thì sẽ bị cọp hú nữa!"

Ông già thấy thế độc địa như vậy, nên cũng dạy cho tất nhiên không hết nghề của mình, nhưng đủ sức một mình đánh nổi ba con cọp vậy.

Mọi việc tưởng đã êm rồi, không dè đêm nọ hắn ta chiêm bao, thấy vợ về nữa, mà chuyến nấy có vẽ lo sợ, buồn thảm lắm. Hắn ta hỏi, thì bà vợ đáp:

"Lâu nay, tôi lén bọn cô hồn mà đi báo trước cho người ta hay cọp đến để trốn. Không dè, sau bọn cô hồn chia nhau mà canh tôi, giữ tôi lại không cho làm như vậy nữa. Thành ra con cọp đã ăn được thêm hai mạng người. Nó đã thành hùm xám rồi. Chín mươi chín cô hồn kia giục nó bỏ rừng Khánh Hoà, mà đi tìm mình, để hú mình cho chúng nó xem chơi. Chúng nó lại biết rằng hai cha con mình học võ giỏi lắm, nên cứ bảo nhau: 'Chuyến nầy vừa coi được một trận đấu võ tuyệt trần lại thêm được một cuộc cọp hú nữa!' Tôi lo quá, lén đến trước cho mình hay. Không thể nào trốn được việc cọp hú đâu, dầu là mình giỏi nghề võ. Trốn đi thì hơn."

Giựt mình dậy, chàng ta đổ mồ hôi hột. Trốn đâu bây giờ? Từ Khánh Hoà thẳng tới bên Tàu, rừng núi liên tiếp, thì ở đâu con hùm xám cũng tới được. Nếu bây giờ xin đổi qua miền

Hậu Giang, thì hoạ may nhờ sông Cửu Long rộng ba bốn ngàn thước nó ngăn cách, hùm xám đến không được chăng. Nghĩ vậy chàng ta xin phép đổi, và được đi Cà Mau; không dám đi đường bộ, chàng ta đi tàu vào Sài Gòn, rồi từ Sài Gòn đi tàu thẳng tới sở.

Hắn ta làm sở dây thép, ở tại sở chật hẹp. Vậy mà đứa con năm nay mười chín tuổi rồi, hắn chỉ bằng lòng gả ở mà thôi. Cô ấy không đến đỗi đẹp lắm, mà hắn ta không giàu gì, thì có cậu nào đến đỗi bằng lòng ở rể nơi nhà cửa chật hẹp của sở đâu! Hắn thấy cũng tội nghiệp con, nhưng an ủi rằng:

"Thôi con rán giữ giùm cho cha đến già, chết cái chết tốt một chút."

Một hôm hai cha con có việc đi Khánh An, thì trên đường vắng, nghe mùi tanh tanh ở đâu đưa lại. Cọp rồi! Bỗng nghe tiếng người ta nói ồn ào, như giữa chợ, nhưng chẳng có ai hết. Mà từ trong bụi, nhảy ra một con cọp to như con bò, lông lá xám hết. Hắn ta sợ hết hồn la lên:

"Hùm xám!"

Con cọp hự một cái, gật đầu, rồi bỏ bộ ngồi xuống, chậm rãi liếm râu, nhích mép như là cười mỉm chi, chứ không nhảy tới vồ.

Đứa con gái lật đật kéo vạt áo dài mà quấn chung quanh lưng, nhét mối cẩn thận cho gọn để giữ chừng, rồi nói:

"Cha tháo lui để cho con cản nó."

Hắn ta nghe lời lùi lần. Cọp thấy vậy nhảy phóng tới, đưa móng để chụp. Thì cô gái lẹ chân đá ngang hông cọp. Con cọp té nhào một bên không chụp được. Cọp vừa đau, vừa tức mình, con mắt đỏ như lửa, hự hẹ om sòm. Còn đằng kia hắn ta co giò chạy như bay, có mấy phút đã xa lắc. Bỗng từ đâu không biết, tiếng người ta nổi lên ồn ào, mà chẳng thấy một tâm dạng ai. Thì con hùm xám hình như nghe, cười hắt hắt lên, ngồi lại đàng hoàng, cất tiếng hú to nghe rùng mình. Chàng kia chạy đã xa rồi nghe tiếng hú, quay đầu lại cất tiếng cười dòn dã, rồi trở lại, bộ mặt hân hoan lắm. Đứa con gái hỏi:

"Sao cha không chạy cho xa, còn lại đây làm chi nữa?"

Hắn ta không đáp lại, cười khanh khách, chạy nhào đến chỗ cọp ngồi. Đứa con hoảng hồn, nhảy tới vận quyền mà thoi vào mặt cọp, để nó hoảng chạy đi mà đừng có thì giờ bắt cha nàng, thế là cọp và nàng ấy đấu nhau. Cọp đấu không lại, nhảy ra vòng ngoài. Thì nàng ấy lại kéo cha đi. Nhưng anh ta vừa lách vừa cười, cứ nhắm con cọp mà xốc tới. Nàng ấy cản lại không được, nên cứ phải rượt theo đánh đuổi con cọp. Cọp thua chạy, thì hắn ta cũng chạy theo, bộ tịch mừng rỡ lắm. Đứa con không biết làm sao.

Có người xen vào hỏi:

"Tại sao cô ấy không bắt cọp quách đi cho rồi?"

Bộ cọp dễ bắt lắm sao chớ? Bởi vậy cứ giằng co như vậy mãi. Bỗng đâu tiếng ồn ào nổi lên nữa. Cọp liền hú nữa, thì hắn ta gật đầu, đắc chí lắm, dùng miếng lưỡng long quá hải mà thoi ngay vào mặt con gái mình hai quả đấm một lượt. Đứa con lật đật đỡ rồi chạy, không dám đánh lại cha. Bây giờ mới khổ cho cô ta. Vừa con hùm xám, vừa cha nàng xông đến mà cự với nàng. Đối với con hùm xám nàng thoi đá tưng bừng mà đối với cha, nàng chỉ có nước tránh đòn mà thôi. Lẽ tất nhiên nàng phải thua, nhảy ra ngoài mà thở. Thì cọp hú một tiếng nữa. Hắn ta ríu ríu nhảy vào lòng cọp, để cho cọp móc họng.

Cứu cha không kịp, người con gái chỉ còn lại một nước là đánh đuổi con cọp để giành cái xác đem về. Nhưng lạ thay, con cọp cứ lẽo đẽo theo chực cướp lại. Và tuy hắn ta đã chết, song mỗi lần cọp hú, thì cười sặc sặc và có ý trì lại, không để cho con kéo đi.

Rê một cái xác khó nết như vậy, mà còn phải cự với con hùm xám to tướng kia, thì cô ta xem chừng không kham. Nên cô ta cố sức đánh lui con cọp, rồi bứt dây rừng cột thúc kẻ ông già lại, treo tòn ten trên cây cao, khỏi mặt đất mấy chục thước cho cọp nhảy không tới. Rồi cô về xóm, gọi người lực lưỡng, hèo gậy đàng hoàng thật đông, để cự với cọp và đem xác cha về. Khi ra đến nơi, ai cũng lấy làm lạ mà thấy rằng dưới nẩy, cọp đi qua đi lại, nhìn lên mà hú, thì ở trên lão ấy nhào qua lộn lại giữa không trung cười dòn dã, như muốn cởi dây xuống giỡn với cọp mà không được…

Khi đuổi con hùm xám đi rồi, ai nấy giúp sức đem cái xác kia về chôn cất tử tế. Thì tối lại nghe mùi hôi tanh của cọp và tiếng hú rùng rợn, tiếng cười dòn dã, tiếng reo hò như của hàng trăm người hoan nghinh một việc gì. Nhưng đêm tối chẳng ai dám ra. Riêng cô con gái nghi là hùm xám đến quật mồ của cha mình để ăn xác, nên đánh liều gọi người ta đốt đuốc sáng giúp cho. Và cô xông ra một mình. Nhưng trễ quá, cọp đã ăn hết thịt và đương gặm bộ xương. Cô xông tới đánh cọp, cọp thua chạy đi. Cô cướp được bộ xương đem vào.

Hàng xóm sáng đến xem, thì không có dấu cọp moi. Hùm xám chỉ hú một cái, là hắn ta tung mồ lên nạp mạng. Có mấy ông già biết chuyện mới dạy:

"Cha cô hồi trước chắc có thể cọp hú, mà không giữ, nên mới bị như vậy. Và có đầu thai mấy ngàn đời thì vẫn bị cọp hú. Tội nghiệp thì thôi! Tốt hơn là đừng cho ông ấy đầu thai nữa. Chớ đi đầu thai, mà mỗi lần đều bị cọp ăn như vậy thì thảm biết chừng nào!"

Cô nọ mới hỏi:

"Làm sao đừng cho hồn cha tôi đi đầu thai được?"

Ông già đáp:

"Bây giờ cô thiêu hết bộ xương nẩy đựng vào cái lọ nhỏ, đem vào chùa nào có hoà thượng giỏi, dùng phép ngũ hành của Phật mà nhốt hồn lại. Tài biến hoá như Tôn Hành Giả mà thoát ra còn không được kia!"

Cô ta nghe lời làm y theo.

Từ ấy trong rừng có tiếng cọp hú, thì trong bình có tiếng cười dòn dã rồi cái bình lúc lắc như muốn đi. Ông hoà thượng phải lật đật tụng một phi kinh Kim Cang, mới êm được.

Đó chuyện cọp hú vậy đó!

Thuật xong thì anh chàng khi nãy nói:

"Chuyện dị đoan mà, làm gì có!"

Người kể chuyện đáp:

"Nếu hiểu nghĩa đen, thì hẳn là không có. Nhưng nếu xem câu chuyện vừa kể đây là một bài văn tượng trưng thì trong đời thiếu chi kẻ bị cọp hú ríu ríu vâng lời kẻ thù nghịch mà thù nghịch lại dòng họ mình... Những kẻ nông nổi, những kẻ không biết văn chương là cái quái gì, mới dám nói tôi nói chuyện dị đoan..."

(*Sài Gòn Mới*, số xuân Canh Dần)

Thuỷ Hoàng và thuốc trường sanh

Khi Tần Thủy Hoàng diệt xong lục quốc, tóm thâu cả đất trung nguyên, thì lòng muốn hưởng tất cả cái khoái lạc của địa vị hoàng đế của mình. Bèn cho xây dựng cung A phòng, rồi hạ lịnh truyền ba ngàn gái đẹp hơn hết mà chứa vào cung ấy. Các nàng nầy, giữa tuổi xuân tình phát động, mà bị ở vào cảnh ấy, thường suy nghĩ đến số phận hẩm hiu của mình, oán trách trời xanh, cũng không giải khổ, cầu lòng tứ bí của ai, cũng không bớt buồn tủi. Họ chỉ còn có một lối, là được ngày nào, thì tận hưởng ngày ấy, biết đâu đi giáp ba ngàn cung nữ, Thuỷ Hoàng có thể trở lại viếng mình sau gần mười năm xa cách chăng? Do sự đòi hỏi đó, mà không bao lâu Thuỷ Hoàng suy nhược, thể xác mòn mỏi, lý trí rối beng...

Một hôm Thuỷ Hoàng mệt đừ, nằm nơi ghế ở ngự viên, thì mơ màng hồn phách mà thấy một cơn ác mộng. Tỉnh giấc dậy, thì tay chân bủn rủn, mà tâm hồn lại phảng phất, lòng lo sợ rằng mình sẽ chết nay mai, không được hưởng những khoái lạc của đời, thêm cả sự nghiệp nhà Tần tan rã. Trọn ngày buồn bực, bèn thương nghị với cận thần, để tìm kế hoạch nào để được trường sanh bất tử, hầu làm hoàng đế đến muôn đời.

Thời ấy ở nước Yên có chàng thi sĩ họ Từ tên Phước, thơ đã hay và vẽ rất khéo. Từ Phước nhà nghèo, học giỏi, vốn muốn dùng sở học để làm kế tiến thân. Song đã là một thi sĩ, tâm hồn gởi theo gió thổi đi khắp bốn phương, lòng mong mỏi một cái gì quang đãng, tốt tươi, êm dịu, thì thi sĩ ấy đâu có chịu vì mấy đấu gạo, mấy đồng lương, chút quyền thế mà gò bó bản thân mình trong một chế độ quá độc tài, quá khắt khe như chế độ của Thuỷ Hoàng? Sanh kế đã giải quyết không xong, mà giấc mơ lòng cũng tuyệt vọng. Chàng muốn phô trương văn tâm văn tài của mình để cảm động lòng tuyết giá của một trang gái đẹp lẫn sắc lẫn tâm hồn, để rồi một túp lều tranh, hai quả tim vàng, thơ chàng được giọng nàng ngâm lên, ý nhạc, lời thơ, nung nấu một ái tình đầy thơ mộng. Chàng cũng đã để ý đến một hai nàng quốc sắc, một vài đoá thiên hương, nhưng rủi thay, cuộc tuyển chọn cung nữ vào A phòng, đã hốt tất cả hoa đẹp của trần gian về trồng riêng cho Thuỷ Hoàng độc hưởng. Chàng vỡ mộng, như say, như tỉnh, chán thế sự, chán tình đời. Từ sáng đến chiều chỉ uống rượu, vẽ các cô đẹp lên tranh, rồi nhìn tranh ngâm thơ, để vịnh, để hưởng khoái lạc với người trong cảnh mộng... Chẳng bao lâu, sự nghiệp hết sạch, không kế sanh nhai, cũng may là có vị quan già của nước Yên, tên là Vị Vô Kỵ, mến tài vẽ, tài làm thơ của chàng, nên đem chàng về cho ở nơi thơ phòng, cấp rượu, cho áo cơm, để mặc, tình chàng sáng tác...

Vị Vô Kỵ không có con trai, chỉ sanh có một gái. Tuy nết na thuần thục, trí tuệ thông minh, song tiểu thơ không có chút nhan sắc, thành ra thiên hạ thường gọi nàng là Vị Vô Diệm, mặc dầu cha mẹ đã đặt cho nàng một cái tên rất đẹp là Lệ Tiên. Vô Diệm sớm mồ côi mẹ, và cũng bởi buồn về nhan sắc của mình, thành ra hay đọc sách để cho tâm hồn thoát cảnh trần gian là cảnh khổ của mình và tách vào được cảnh tiên đầy thơ mộng. Gặp hoa nói chuyện với hoa, gặp điểu nàng vui đùa với điểu, nàng lần lần làm bạn với đủ mọi loài, che chở cho giống nầy, binh vực cho giống kia, nàng trở thành nàng tiên của miếng vườn của mình... Một hôm, nàng thấy một con ong mật vướng lưới, the thé gọi nàng cứu tử, vì một con nhện hùm to tướng toan chạy lại để giết con ong. Nàng lật đật nhặt cành, khều con ong thoát khỏi lưới nhện. Ong chưa chịu bay đi, còn lẩn quẩn bên tai mà tạ ơn.

"Cảm ơn tiên nương đã cứu mạng, ngày sau tôi sẽ trả ơn! Tiên nương muốn điều chi, ngày mai xin cho tôi biết."

Vô Diệm chưa biết đòi hỏi gì, thì ngẫu nhiên, bước thơ thẩn của nàng đưa nàng đến bên cạnh cửa sổ của thư phòng Từ Phước đang ở. Từ Phước đang chăm lo vẽ tranh, không để ý đến nàng. Nàng đứng nép một bên, thấy tranh cũng gần xong, và vẽ một nàng tiên cực kỳ đẹp đẽ, áo xiêm màu sắc lộng lẫy, má phấn ửng hồng môi son thắm nở, mũi thẳng mày cong, dáng đứng rất yểu điệu, cầm cây quạt xoè mà che khuất chút cằm. Khi vẽ xong Từ Phước mới lấy bút, chấm mực mà vẽ vào quạt, rồi đứng lui lại ngắm nghía, và ngâm lên bài thơ vừa viết, như là niệm thần chú:

Chiêu dương cung tạm vắng một giờ,
Ngó ý, tơ lòng lụa phải mơ!
Trót đã yêu đương đừng ái ngại,
Cùng nhau ta sống một bài thơ.

Vô Diệm thấy nàng trong tranh nhích nụ cười duyên, cúi đầu như tỏ vẻ ưng thuận, rồi bước ra khỏi tranh, đến trước Từ Phước mà hỏi:

"Chàng gọi thiếp đến có việc chi?"

"Cảnh đời buồn tẻ vắng kẻ tri âm. Bực tài hoa, trang quốc sắc, không đâu tìm có, nên ta mời nàng đến, nhờ nàng đãi thi sĩ đôi giờ hạnh phúc. Nàng có vui lòng chăng?"

"Thiếp là tiên trong mộng, chàng dạy sao, thiếp đâu có chối từ, huống chi, không còn bao lâu, chàng sẽ gặp duyên lành, thì cái tình chùng lén của đôi ta, biết chàng có nung nấu trong lòng hay chỉ mải vui duyên mới."

"Vội nói chi đến phút xa cách. Ta nên tận hưởng sự vui của hội ngộ. Vậy nhớ nàng khiêu vũ để giúp vui."

Nàng trong tranh vâng lời, nhún mình, vòng tay rồi múa, chậm chậm ngâm theo nhịp:

Nhẹ nhàng bước lụa nhịp lên nhung,
Nẩy khúc nghê thường ở quảng cung...

Từ Phước nối lời ngâm theo cho hoà giọng:

Vóc liễu uốn cong, tà áo cuốn,
Má đào ẩn hiện giữa muôn hồng.

Chẳng nhịn được Vô Diệm khen lớn:

"Sắc đẹp thơ hay, múa dịu dàng, tiếng thanh tao! Ở trần thế làm gì có một nàng thứ hai như vậy?"

Nghe có tiếng người, nàng tiên lật đật chạy vào tranh, rồi đứng nghiêm, im bắt bặt. Từ Phước cũng bẽn lẽn chào Vô Diệm.

Về nhà trong, Vô Diệm cứ mơ mơ tưởng tưởng cảnh âu yếm mà nàng vừa mục kích, chỉ tiếc sao mình quá xấu xí, không sánh được cùng Từ Phước như nàng tiên. Song nàng nghĩ rằng Từ Phước đã có phép hoạ bức tranh thành tiên được, thì chẳng lẽ nào chẳng biến mình ra đẹp được? Nàng tin tưởng như thế, nên vào thưa với cha, thuật tất cả điều mình vừa mới thấy và tỏ nỗi lòng tha thiết của mình. Vị Vô Kỵ, vốn thương con, nhơn ở trào biết lòng mong mỏi của Thuỷ Hoàng, nên hỏi:

"Con có chắc Từ Phước có tài vời tiên đến chăng?"

"Con dám quả quyết như vậy."

"Như vậy, thì cha có cách làm cho chàng phải bằng lòng cưới con. Chờ cha e chàng chê con thô kịch mà từ chối, nếu cha ngỏ ý gả con cho chàng. Cách ấy như thế nầy, là ngày mai, cha sẽ tâu với vua, là con có biết một người có phép vời tiên đến. Nếu vua muốn tìm thuốc trường sanh, thì không thể hỏi người phàm, mà chỉ hỏi tiên mới được. Nếu vua bằng lòng tứ hôn, gả con cho Từ Phước thì chàng sẽ vời tiên đến cho vua hỏi. Còn việc tiên sẽ ban cho cùng không, là việc riêng của tiên không can hệ chi đến mình..."

Hôm sau, khi Vị Vô Kỵ vào chầu, thì Vô Diệm sống trong những phút hồi hộp. Nàng không biết nhà vua có chấp thuận lời tâu của cha nàng không? Nàng không biết Từ Phước có sợ oai vua mà cầu tiên đến chăng?

Bỗng nghe bên tai văng vẳng tiếng chào:

"Tiên nương chớ nên lo lắng lắm. Tôi đã biết rõ các chi tiết, tôi đi hút trong một vườn hoa ngự, nghe trong cung bàn rằng, vua sẽ tứ hôn mà gả tiên nương cho Từ công tử. Song muốn cho được tình duyên ép buộc nầy được dẫy đầy hạnh phúc, thì xin cho tôi dâng kế mọn nầy, gọi là tạ ơn cứu tử hôm qua."

Vô Diệm hỏi:

"Kế chi?"

"Tiên nương hãy vào lấy cái ly thuỷ tinh có nắp, lấy sáp trây đẩy phía trong của ly lẫn nắp, rồi nhắc ghế cao mà để ly nơi giữa sân vườn. Mọi mặt khác, tiên nương lấy giấy viết như vầy, như vầy…"

Vô Diệm y lời, đặt ly thuỷ tinh xong nơi giữa vườn, thì viết một cái thư cho Từ Phước.

Ngồi nơi thơ phòng đọc sách Từ Phước thấy hơn một trăm con ong ngậm một sợi tơ dài, bay đến, kéo theo một bức thơ. Thơ rằng:

"Thưa Từ công tử,

Công tử sẽ được thiên tử triệu vào chầu hỏi công tử có phép vời tiên đến chăng? Thì công tử hãy đáp rằng các vị tiên đa đoan, không phải lúc nào là vời cũng đặng. Nếu nhà vua muốn hỏi công tử tình nguyện đi tìm mà hỏi thay cho. Nếu nhà vua ngỏ ý muốn có thuốc trường sanh, thì công tử tâu rằng ngày trước tiên có ban cho công tử một ly, đủ cho một người uống, và công tử có gởi cho Vị tiểu thư cất. Nếu nhà vua muốn dùng, thì xin truyền lịnh cho Vị Tiểu thư dâng cho."

Chàng lấy làm lạ, không biết thư từ ở đâu mà gởi đến. Còn đang suy nghĩ, bỗng đâu cả trời vần vũ, mây che khuất bóng thái dương, tiếng ù ù càng gần, rồi sát bên cạnh tai. Chàng thấy Vô Diệm đứng ngoài sân dường như nói chuyện với người khuất mặt, bên cạnh một cái ghế có đặt một cái ly thuỷ tinh. Hơn giờ sau, trời lần lần tỏ lại, mây đen tan rồi tiếng ù ù bớt rồi im hẳn, vầng thái dương lại lộ ra. Vô Diệm lấy nắp đậy ly thuỷ tinh, dùng sáp trét kính rồi bưng vào nhà. Từ Phước mới yên lòng, cho rằng nàng đã có ly thuốc trường sanh thì đồng thời, bức thơ nấy đã có linh nghiệm.

Còn về phần Vô Diệm, khi đứng ngoài sân, nàng đã nói chuyện với ong, làm cho nàng lâng lâng trong lòng, tin rằng nàng cầm chắc hạnh phúc của nàng trong tay. Con ong đã nói:

"Từ ngày Thuỷ Hoàng lập cung A phòng, dài rộng không kể được bao nhiêu dặm thì đem hoa lạ cỏ thơm mà trồng khắp. Hoa đã đẹp thì mật ong càng chứa nhiều chất hậu mật. Nên chi trong các tổ ong, chất hậu mật dồi dào, thừa số cầu, chứa lâu không dùng, thì mất chất quí của nó. Nhờ ơn tiên nương cứu tử tôi có đến các tổ mà hỏi vay đến các phong hậu, ít nhiều hậu mật để đủ lượng mà cung cấp cho tiên nương. Đàn ong đến đây, tức là đem hậu mật mà cho tôi đó! Sau nấy, nhà vua có hỏi thuốc trường sanh, thì tiên nương hãy đem ly mật đó mà dâng. Nhà vua không dám dùng, thì tiên nương tình nguyện mà uống để thí nghiệm. Tiên nương chỉ đóng cửa mà ngủ ba ngày ba đêm, thì sẽ có hoàn toàn công hiệu…"

Ngày thứ hai Vô Diệm theo cha vào chầu, triều bái tung hô xong rồi thì Thuỷ Hoàng ra lệnh gọi Vô Diệm đến quì trước sân chầu mà hỏi:

"Khanh có biết vị đạo sĩ biết vời tiên đến phải không? Nếu

quả như vậy khanh hãy giới thiệu cho trẫm biết. Trẫm tứ hôn ngay cho khanh, y như theo lời xin của cha khanh."

Vô Diệm tâu:

"Thần thiếp vô phúc, mà chẳng có nhan sắc, lại thầm yêu vị đạo sĩ ấy. Nếu thiên tử tứ hôn, ấy là ban phúc lớn cho thiếp, vì thiếp sẽ nhờ chàng vời tiên đến mà biến hình cải dạng cho thiếp thành tiên và hoá ra bất tử nữa! Vị đạo sĩ ấy đang ở tại nhà cha thiếp, họ Từ tên Phước đó. Chính thiếp đã chứng kiến thấy rõ chàng vời tiên đến, lại khiến tiên múa, hát, ngâm thơ."

Thuỷ Hoàng sai sứ đem kiệu vời Từ Phước đến ngay; khi chàng tung hô xong xa, thì Thuỷ Hoàng hỏi:

"Khanh có phép vời tiên đến được phải không?"

"Tâu bệ hạ, việc vời tiên đến, thì quả thật là có. Nhưng tiên đa đoan, không phải lúc nào cũng vời đến được, hay có thể vời bất cứ hạng nào cũng được. Bần đạo, nếu cần thì phải đi tìm tiên mà hỏi. Gần hay xa, là tuỳ theo muốn hỏi vị tiên nào, tức là tuỳ câu hỏi vậy."

"Trẫm muốn nhờ khanh tìm tiên để cầu thuốc trường sanh, phỏng có được không?"

"Thuốc trường sanh không phải dễ tìm. Nhưng nếu bệ hạ muốn dùng, hà tất phải nhọc. Trước đây, tiên có ban cho bần đạo một ly thuốc trường sanh, chỉ đủ cho một người như chúng ta uống vào, thì hoá ngay ra tiên, thành trường sanh bất tử. Ly thuốc ấy, bần đạo chưa dùng, còn gởi cho Vị tiểu thơ cất giữ giùm. Xin bệ hạ cho hỏi Vị tiểu thơ để coi ly thuốc trường sanh hãy còn chăng?"

Tần Thuỷ Hoàng gọi Vô Diệm hỏi:

"Tiểu thơ có cất ly thuốc trường sanh chăng?"

"Tâu bệ hạ có! Xin cho thần thiếp về đem lại ngay."

Nàng lên kiệu về, trong một khắc đem lại ly thuỷ tinh đầy mật, quí mà dâng, và tâu rằng:

"Đây là ly thuốc trường sanh, xin kính dâng bệ hạ."

Thuỷ Hoàng vừa muốn ra lịnh thâu nạp, thì thừa tướng Lý Tư quì xuống tâu rằng:

"Xin bệ hạ chớ vội. Phỏng đạo sĩ và Vị tiểu thơ toa rập mà dưng thuốc độc cho bệ hạ, thì giang sơn nầy sẽ ra sao?"

Thuỷ Hoàng nổi giận, truyền dẫn Từ Phước, Vị Vô Kỵ và Vị Lệ Tiên ra pháp trường chém ngay. Lệ Tiên quì lạy tâu rằng:

"Trước khi chịu tội chết, xin bệ hạ nghe thần thiếp tâu. Bệ hạ chưa biết ly thuốc này là ly thuốc độc hay ly thuốc trường sanh. Vậy xin bệ hạ cho thần thiếp uống ngay giữa triều. Thuốc trong ba ngày sẽ có công hiệu. Nếu là thuốc độc, thần thiếp chết rồi, bệ hạ hành quyết cha thiếp và Từ Phước sau cũng không muộn. Còn nếu quả là thuốc tiên, thì vợ chồng thiếp tình nguyện đi cầu tiên mà xin thuốc khác cho bệ hạ dùng."

Thuỷ Hoàng nghe tâu có lý, truyền giao ly mật cho Vô Diệm uống hết, lại gọi Từ Phước mà an ủi:

"Nay trẫm tứ hôn cho khanh và tiểu thơ. Việc bất thành thì vợ chồng chịu chung chết. May mà vị tiểu thơ cởi lốt thành tiên, thì ta sẽ cho hai vợ chồng cùng đi tìm tiên mà xin hai phần thuốc nữa. Để ta cùng ngươi cùng uống, đặng đồng cởi lốt thành tiên, đồng hưởng phú quí đời đời kiếp kiếp."

Mãn chầu Từ Phước buồn bực hết sức, ăn ngủ không an. Phần bị bắt buộc làm chồng của một nàng thô kệch, xấu xí, phần lo rằng thuốc không công hiệu. Còn tiểu thơ thì khoá chặt phòng, ngủ thiêm thiếp, chẳng nghe cựa quậy.

Vừa dứt ngày thứ ba, thì một bầy ong như cũ, đem lại cho chàng một bức thơ như lần trước. Thơ rằng:

"Thưa công tử,

Công việc đã thành. Vị tiểu thơ đã cởi lốt thành tiên. Nhưng hai vợ chồng phải tìm kế mà thoát thân. Ở lại, mang hoạ lớn với tay bạo ngược. Mà dâng thuốc trường sanh cho giống ác, thì công tử đời đời kiếp kiếp, sẽ bị nguyền rủa của dân chúng bị áp bức và lầm than!

Vậy nên thừa lúc nó mong mỏi thuốc trường sanh, mà đòi mười chiếc thuyền lớn, năm trăm gái đẹp, năm trăm trai tơ khoẻ, các thợ khéo đủ nghề, hột giống đủ thứ của báu, gấm vóc đủ thức gọi là lễ cầu thuốc tiên. Rồi ra Đông Hải, nhắm mặt trời mọc mà đi hoài, sẽ có chỗ gởi thân."

Đến ngày thứ ba, Vị Vô Kỵ, Vị Lệ Tiên và Từ Phước đồng đi vào chầu. Thuỷ Hoàng gọi Lệ Tiên nàng thoát màn kiệu, bước ra sân chầu, thì quả nhiên là một tuyệt sắc giai nhân, ngực vung, lưng eo như lưng ong, mông tròn, chân dài, tay dịu, mặt như tranh vẽ, mày liễu, mắt ngời. Ba ngàn cung nữ trong A phòng không ai sánh kịp, Tần Thuỷ Hoàng đã muốn đổi ý.

Từ Phước qùi tâu để trình bày chương trình vượt Đông Hải tìm hiểu. Không quên nhắc rằng Thuỷ Hoàng có thể cầu được thứ thuốc để biến thêm người đẹp hơn Vị tiểu thư nữa… Thuỷ Hoàng y tấu, truyền chọn đúng tất cả các món đã kể. Còn đưa thêm nhiều món quí để cầu xin nhiều thuốc, hầu luôn dịp cải ít người cung nữ thành tiên một thể. Trong vài ngày dự bị xong xuôi, vợ chồng Từ Phước xuống thuyền. Mười chiếc thuyền, một buổi tinh sương, tiến nhẹ trên biển đông êm lặng. Vừng thái dương vừa ló dạng, nhuộm màu tươi cho nền trời… Để Thuỷ Hoàng vị độc tài khét tiếng của thời xưa ở lại lãnh cái số phận thối tha là chết sinh trên đường từ Sa Châu về Hàm Dương, trên xe chở quan tài lại chở thêm cá ươn cho tiệp mùi hôi.

Ngày chót của một nữ sứ quân

Ở vào thời loạn ly, quần hùng tranh khởi mỗi nơi, và xưng làm sứ quân. Hà Tranh, sứ quân ở một xứ nọ bị tuỳ tướng là Đặng Huy giết đi mà đoạt tất cả binh quyền. Hà Mai là con gái Hà Tranh bị ép làm thiếp. Nàng không chịu, chờ cái chết.

Lưu Hổ, một thầy thuốc ở miền thượng du xuống, xúi nàng hãy tạm ưng đi, rồi sau sẽ tìm cách thuốc chết Đặng Huy và gia đình đoạt lại sự nghiệp của cha. Riêng Lưu Hổ hy vọng sau nầy sẽ làm chồng của Hà Mai và làm chủ một cõi. Kế nầy thành nhưng Hà Mai lại có chí hiên ngang, gạt Hổ qua một bên, tự mình làm sứ quân.

Hổ giận oán tìm con gái của Đặng Huy còn sống sót mà xúi dục báo thù.

Nàng Đặng Liên vì sức yếu, vì không thể gần vị nữ sứ quân mà hành thích, bèn lập kế tìm anh là Đặng Huệ đang tu luyện ở một ngôi chùa miền rừng núi dùng đủ lời lẽ xúi anh báo thù. Khi Huệ đã xiêu lòng, Liên bày kế giục anh đến gần Mai mà giảng đạo, làm cho Mai mê, rồi chiếm quả tim của Mai, sau sẽ thuốc chết Mai mà đoạt lại ngôi sứ quân cùng trả thù cha.

Kế nầy thi hành được phân nửa thì Mai lại biết được. Mai và Huệ lại yêu nhau nồng nàn. Mai bèn thành thực mà giải tại sao nàng phải làm như thế. Mỗi bên đã mất một người cha. Nàng lại có mang. Nếu không chấm dứt dây nhơn quả thì thù oán biết bao giờ cho hết. Âu là để cho kết quả của tình yêu được ra đời.

Đàng nầy Liên thấy kế mình thất bại, định giết người thù, lẫn cả người anh phản bội bèn hỏi kế nơi Hổ khiến giả vờ để có dịp ăn chung mà thuốc chết cặp vợ chồng ấy đi.

Có người hay được báo cho Mai. Mai gọi Liên đến Liên thú nhận. Mai thành thật tha tội cho và chọn ngày mở tiệc đoàn viên. Bộ hạ của Mai khuyên gián không được bèn định với nhau toan thuốc chết tiêu đi cho rồi.

Trong tiệc đoàn viên, hai vợ chồng sứ quân và em là Liên cùng ăn. Giữa tiệc, mọi người đều thấy rằng mình đã sắp chết không cứu được… Quân do thám vào báo. Đạo quân hùng hậu của Đinh Bộ Lĩnh tràn đến. Mai và Huệ cùng nói:

"Sức của một số ít người không thể dứt được sợi dây nhân quả của tiền cừu hậu hậu mà nguyên nhân đầu tiên là sự tranh giành ngôi sứ quân này, nay âu cho nó dứt bằng cách hàng đầu Đinh Tiên Hoàng đế vậy."

(Ánh Sáng, số 234, ngày 12-12-1948)

Nàng mọt sách

Ngày xưa…

Ở đất Hậu Xuyên có chàng học trò nọ, họ Hồ, tên Lân
Trinh, tự là Khổng cưu. Lân Trinh vốn nhà nghèo, nên lúc
nhỏ, vừa học biết chữ, thì sang học nghề, chớ chưa được theo
đòi thơ phú. Chàng thấy những bạn cùng trang lứa vịnh hoa,
thưởng nguyệt, uống rượu, rung đùi, thì cũng biết thèm
thuồng. Song nghĩ rằng: Những thú đắt tiền nầy chưa phải để
cho mình, âu là nhịn vậy. Chừng nào đánh đuổi được con ma
nghèo đang quấn quít bên lưng, chừng ấy hãy thưởng thức
văn chương, cũng chẳng muộn đó!

Cho hay, trời ít chiều người. Khi Lân Trinh dành dụm được
một món tiền, toan đến tỉnh thành mua văn thơ để đọc, thì
giặc giã nổi lên, đốt thành, phá xóm. Chàng phải trốn tránh,
bỏ xứ, đến ở ngụ một vùng sơn cước rất quê mùa, nơi tư am

của một vị lão đạo sĩ. Ngày, ngày, đạo sĩ chỉ lo việc dưỡng thần, nuôi khí, luyện đơn không ưa trò chuyện nên Lân Trinh kéo dài một đời chán phèo, cách khoảng bằng những việc trồng khoai, tỉa bắp. Một hôm, khi dọn am cho sạch sẽ, chàng lượm được trong xó một quyển sách xưa. Mừng như được vật báu, chàng giở ra xem, thì than ôi, không có một trang nào là còn nguyên cả. Và có một con hai đuôi đương vội vã len mình vào giữa những tờ sách để trốn.

Giận lắm, chàng lấy ngón tay đè lên con hai đuôi. Chỉ nhấn mạnh một cái, thì con vật ấy nát ngớ... Chàng nói:

"À, té ra mi đã đục khoét những tờ sách quí nẩy. Để ta giết mi, mà phạt cái tội ấy."

Nhưng đã nói được, thì hơi giận hạ xuống, trí chàng sáng lại, và nghĩ:

"Ta bảo nó có tội, nhưng mà tội gì? Cắn giấy ăn sách để sống, thì nó cũng như ta ăn cơm để sống; mà có ai bắt tội ta ăn cơm?..."

Nghĩ thấy mình vô lý, chàng giơ tay lên, thả cho con hai đuôi lẩn trốn giữa hai tờ sách. Rồi, tiếc của quí, chàng tìm đọc chữ được, chữ mất, trang có, trang không. Đọc mãi, mắt hoa, trí mệt, mà không hiểu chi cả. Chàng mới dựa cột, gấp sách lại để nghĩ...

Bỗng nhiên, chàng phải giựt mình, choá mắt vì những tia sáng phóng về hướng chàng. Lân Trinh nhìn kỹ, thì từ ngoài sân bước vào một thiếu nữ, mặc áo dài tha thướt, bằng một thứ lụa ngời như bạc, phản chiếu ánh sáng nên lấp lánh như kim cương. Nàng bước tới nhẹ nhẹ, vạt áo sau kéo dài. Lân Trinh nhìn thấy vạt áo có hai tà còn lê thê tận ngoài bãi cỏ, không khác chi các thứ áo lễ phục của những bà hoàng ở Tây phương. Chàng đứng dậy vái chào. Thiếu nữ mủm mỉm cười duyên, gật đầu đáp lễ và thưa:

"Thấy chàng cô độc, cùng ở với lão đạo sĩ mà không được mấy khi hầu chuyện, tìm làm bạn với sách vở lại không nên việc, thiếp đường đột đến luận chuyện thơ văn với chàng, gọi để đền chút ơn riêng. Chẳng hay chàng có vui lòng chăng?"

Lân Trinh vốn là một thơ sinh chưa từng có dịp nói chuyện thân mật với một trang gái đẹp nên luống cuống và ấp úng hỏi:

"Chẳng hay nàng là ai, có họ hàng chi với lão đạo sĩ chăng?"

Thiếu nữ đáp:

"Chàng hỏi như vậy rất chí lý. Vậy xin nghe thiếp thuật chuyện sau đây."

Ngày xưa, trên Thiên Đình, luôn mấy năm, những táo quân về chầu Ngọc Hoàng đều dâng sớ tâu rằng: Dưới trần thế không có việc chi cả. Ngọc Hoàng lấy làm lạ sao loài người thình lình lại ngoan như thế; bèn sai Thái Bạch Kim Tinh xuống trần xem xét, coi sự thể do đâu.

Sau khi xem xét xong rồi, vị tiên ấy về tâu lại rằng:

"Sở dĩ loài người ngoan ngoãn thế nầy, ấy bởi họ đương trải qua một hồi 'văn trị'. Họ không mê say việc chiến đấu, giết lẫn nhau; họ không thèm nghĩ đến việc hại nhau, lừa nhau…"

Ngọc Hoàng nghe tâu đến đó, ngạc nhiên hỏi:

"Thế thì họ không tuân theo luật của Tạo hoá đặt để cho là: 'Cạnh tranh sanh tồn', 'Ưu thắng liệt hại', nữa sao?"

Thái Bạch Kim Tinh đáp:

"Tâu Ngọc Đế, điều ấy tôi không dám dự đoán về tương lai. Song xét hiện tình, tôi thấy họ chỉ thích ngâm thơ mà rung đùi, đọc sách mà đánh chén… và quên luật tranh đấu của Tạo hoá."

Ngọc Hoàng hỏi:

"Sách là cái gì, mà chúng nó đọc phải mê, quên cái luật vĩ đại của Tạo hoá?"

Thái Bạch Kim Tinh thưa:

"Tiên, Phật chúng ta là người của thời thái cổ, bởi dày công tu luyện, mà đã sớm thành chánh quả. Bởi sớm thành chánh quả, nên chưa chứng kiến được những việc phát kiến sau nầy của loài người, do một lòng muốn vô biên. Ấy là lòng cố gắng tìm tòi để sáng chế vật nầy món nọ, hầu đoạt quyền của con Tạo. Lòng cố gắng ấy do óc tranh đấu kích thích. Tranh đấu lẫn nhau chưa đã, họ còn muốn thi đua với Tạo vật nữa… Vì vậy mà suốt một quảng hạ ngươn, hai mươi bảy ngàn năm, họ giết chóc lẫn nhau, chuyên lấy võ mà trị nhau, làm mồi cho Quỷ vương cám dỗ, thoát xác, thì sa xuống Diêm đình, bị phán xét rồi, thì chịu những hình phạt của Địa ngục.

Trong khi 'Cạnh tranh sanh tồn', 'Ưu thắng liệt bại', kẻ nào có khi giới lợi hại hơn thì hơn. Mà cái khi giới siêu đẳng lại là thứ 'khí giới để chế tất cả khí giới khác': Ấy là trí óc. Trí óc của loài người đã giành đoạt không biết bao nhiêu bí mật của vũ trụ, lại sáng chế lắm thứ, mà con Tạo chưa thể chế ra. Thế nên, để ghi chép bao nhiêu thành tích nẩy, trí óc loài người bày ra văn tự, vừa là cái kho tàng để chứa bao nhiêu phát kiến, vừa là một lợi khí sắc bén để tranh đấu lẫn nhau.

Hướng theo chiều của tranh đấu, thì văn tự là một thứ khí giới lợi hại hơn tất cả khí giới khác. Mà thỉnh thoảng, khi nào không có dịp chiến đấu, một đôi kẻ nhìn trở vô tâm tình mình, họ thấy có cái gì hay hay, đẹp đẹp. Họ cũng mượn văn tự mà ghi lấy, gọi là Thơ. Thơ có thể làm cho loài người mê say, mê hơn mê gái đẹp. Rồi ca lên mãi, tụng lên mãi. Thơ lại chiều lòng người, hiện hình ra, đến cùng người, đem lại quyến luyến. Một tôn giáo mới xuất hiện, mà giáo chủ là Nàng Thơ. Kẻ tín đồ của tôn giáo nẩy cũng say mê, khổ hạnh, hi sinh, tử đạo. Và thỉnh thoảng cũng có kẻ đắc đạo. Và khi đắc đạo rồi không sa xuống Địa ngục, chẳng sang Tây phương chầu Phật, chẳng đến Bồng Lai mà thành Tiên. Kẻ đắc đạo nẩy về một cõi riêng gọi là Tao Đàn, do Nữ hoàng là

Nàng Thơ làm giáo chủ.

Quỷ ở Diêm cung khó gặp. Đạo sĩ phải dày công tu luyện lắm, mới ra mắt được Tiên. Tu sĩ phải khổ hạnh mấy chục kiếp mới mong tao ngộ Phật. Còn những vị đắc đạo của tôn giáo nầy, những vị mà tín đồ của họ tặng gọi là Thi sĩ, lại dễ cầu khẩn, mà đến ngay. Họ cũng dễ thoát xác, mà thành trường sanh bất tử. Nhưng mà khi họ còn tu luyện, mỗi vị đều để lại những phù chú riêng mình, ghi lại trong những thứ gọi là sách. Muốn cầu họ đến, tín đồ chỉ có việc giở sách ra, mà đọc lại những lời phù chú ấy. Lập tức các vị trường sanh bất tử kia đến ngay mà đàm đạo thân mật với tín đồ. Kẻ thấp tu, thì chỉ nghe họ thuyết pháp. Người bắt đầu vào đường đạo, thì được tự do thảo luận, biện bác tuỳ nghi. Rồi khi giáo chủ là Nàng Thơ điểm đạo cho, thì người ấy cũng có thể thành Thi sĩ, ghi phù chú vào sách, để đời sau truyền tụng thành ra bất tử, lên cõi Tao đàn."

Ngọc Hoàng nghe báo cáo, suy nghĩ giây lâu, rồi phán rằng:

"Thứ tôn giáo nầy, tu dễ đắc đạo, có thể nào bị Quỷ vương len vào cám dỗ tín đồ chăng?"

Thái Bạch Kim Tinh tâu rằng:

"Thưa Ngọc Đế, thỉnh thoảng cũng có kẻ bị Quỷ vương cám dỗ, dùng lời thơ mà ca tụng sự giết chóc, dùng hồn thơ mà phụng sự cho lẽ tà."

"Thế thì, Thiên Bồng Nguyên Soái, mau xây dựng một viện

tàng thơ cho to rộng; các Thiên thần mau đi khắp trần giới sưu tầm tất cả những tập kinh của tôn giáo ấy đã có từ bao giờ; và đặt luật nạp bản để về sau, mỗi Thi sĩ mới đều phải cung cấp cho Thiên đình bản nạp để làm dấu tích. Trước là để Thiên đình khảo dượt xem tôn giáo ấy phải chăng là một chính giáo hay là một tà giáo? Sau để Tiên, Phật có thể có đủ thứ sách mà đọc. Chẳng lẽ người phàm ô trược, lại được hưởng thụ đọc sách, còn bực dày công tu luyện lại chẳng được hưởng thú ấy sao? Và cũng chẳng lẽ, khi Tiên Phật muốn đọc sách, lại phải xuống trần gian, chịu luật đấu tranh, ngụp lặn trong biển khổ, mới được đọc sách? Như vậy, Bồng Lai và Niết Bàn sẽ tẻ lạnh, nếu ta cho Tiên Phật tự do mà xuống trần đọc sách. Còn nếu ta sợ Tiên Phật cạm vào mùi tục luy mà ngăn cấm, thì Thiên đình sẽ loạn mất đi! Bởi cái lý dễ hiểu rằng Tiên Phật cố tình làm vi pháp để được, nghe rõ chưa, để được bị đày xuống trần gian… mà đọc sách!"

Cách đó không bao lâu, Ngọc Hoàng gọi Tiên Dung công chúa, là gái út, đến mà dạy rằng:

"Ngày nay ngày khánh thành viện tàng thơ, các bác Phật, các chú Tiên của con đều đến đủ mặt để dự lễ. Con hãy sớm sang bên đó, dọn sẵn đào trường sanh nơi sảnh đường, chưng tất cả những chè tiên tửu cho ấm để đãi khách."

Tiên Dung công chúa nghe lời cha, đã thấy vui lòng rồi, thêm khấp khởi mừng, vì được chứng kiến một lễ có mời đủ Phật, Tiên, một lễ chưa từng có trên Thiên đình.

Đúng giờ, tường vân bao phủ khắp, hào quang muôn sắc chọc thủng nóc trời, bắn tia ngoài càn khôn, rọi khắp ta bà thế giới. Từng chập, đàn bạc do các vị Tiên cỡi đến, kết thành những ca vũ đoàn thiên nhiên, múa hát tưng bừng; tiếng nhạc trong trầm bổng ngân, len lỏi khắp mọi nơi, làm cho lũ Ngạ quỷ bị trừng phạt ở Diêm đình nghe mà mê say, quên cả đau khổ của tra tấn. Vừng Thái Dương nghe nhạc, dừng lại trên đường nghiêng tai nghe, rồi nhảy múa theo nhịp. Còn vừng trăng, nãy giờ bỏ trống bởi chị Hằng Nga được mời dự lễ bây giờ nghe nhạc, trở nên lững lờ, như say vì nhạc, như mê vì âm. Rồi mùi hương sen, do các hoa sen chư Phật ngự đến, xông lên như thuỷ ba gợn sóng, làm cho vạn vật ngửi lấy mà tự nhiên thoi thóp thở; đồi núi được luồng sóng ấy gởi vào, chỗi dậy, nghiêng tai nghe, suối thác thì thầm nói chuyện với nhau, ca ngợi mùi hương lạ chưa hề ngửi được...

Nơi sảnh đường, đủ mặt chư Tiên, chư Phật, Ngọc Hoàng ra lệnh gọi Tiên Dung công chúa dâng tiên tửu chưng ấm, để làm lễ khai mạc cuộc khánh thành tàng thơ nầy. Nghe lịnh, Tiên Dung công chúa rụt rè tiến đến trước Vua cha, mọp xuống, mặt biến sắc, thất thần, chỉ nói được câu:

"Con xin chịu tội!"

Chư Tiên, chư Phật đều làm lạ sao buổi lễ long trọng dường này, lại là một toà án đặc biệt để cho Ngọc Hoàng xử tội đứa con gái cưng của mình. Cả thảy đều nhìn vào Đức Phật Di Lạc, như nhờ người hỏi tại sao có việc lạ vậy? Không dè chính

Ngọc Hoàng cũng lấy làm lạ, mà nhẹ nhàng hỏi con:

"Sao con không bưng rượu chưng, lên để đãi khách, mà lại xin tội? Tội gì?"

"Tội con thiếu nữ công, nữ hạnh..."

Ngọc Hoàng, chư Phật, chư Tiên nghe Tiên Dung công chúa tâu đến đó, dường như nghe sét đánh bên tai. Tất cả muốn hiểu vì sao vị công chúa ngoan ngoãn như thế kia lại phạm vào trọng tội nọ. Thì công chúa tâu tiếp:

"Bởi vì con đã lỡ tò mò, muốn biết trước lý do của cuộc lễ long trọng này. Nên con đã để tất cả rượu lên lửa, rồi con lên vào tàng thơ coi nơi ấy có gì. Con thấy chồng chất đầy trên ngăn, những vật giống nhau, đưa gáy ra ngoài, trên gáy có chữ vàng. Không biết là vật gì."

Tâu đến đây, dường như cảm xúc, Tiên Dung công chúa tức tưởi khóc. Đức Di Lạc thấy vậy động lòng thương hỏi:

"Tại sao cháu lại khóc?"

Tiên Dung công chúa thưa:

"Phải chi con là gái trần tục quê mùa, thì có lẽ con không đến đỗi phạm trọng tội nầy. Nhưng bởi con là Tiên, không học cũng biết, nên con tò mò lấy ra một mà xem. Thì giữa hai cái bìa cứng, dính nhau bởi một cái gáy bằng da, lại có những tờ mỏng chi chít chữ là chữ. Bởi không học mà biết đọc, nên con đọc thử xem trong ấy nói gì, thì dường như có người hiện ra, kể chuyện cho con nghe vậy."

Tiên Phật nghe thuật, liền hiểu ngay rằng chính Ngọc Hoàng vừa chứa được một kho tàng vô tận những bửu bối. Lấy một món, không cần niệm chú, đọc phù, chỉ giở ra, thì hiện ngay một đấng, đàm đạo với mình. Và khi đã được một kho tàng bửu bối như vầy, làm lễ trọng, mời đủ chư Tiên, chư Phật đến dự một cuộc khánh thành là phải lắm.

Tiên Dung công chúa tâu tiếp:

"Ban đầu con phát sợ, vì nơi vắng vẻ, thình lình có người đến nói chuyện với mình. Nên con xếp để vào chỗ cũ, chạy trở về, coi chừng lửa mà chưng rượu. Nhưng có một sức gì quyến rũ, nhịn không được, con trở lại tàng thơ, lấy bất cứ món nào, giở ra xem, thì tức khắc nghe tiếng người hiện đến mà kể chuyện. Và chuyện nào khởi đầu nghe cũng lý thú cả. Con nói rằng khởi đầu chuyện, vì con không dám đọc nốt, xem sơ vài tờ, rồi trở lại coi chừng làm rượu."

Tiên Dung công chúa tâu đến đây, lại ngập ngừng, rồi dừng lại không dám nói tiếp. Các vị Phật Tiên khuyên:

"Con cứ thuật, sẵn đủ mặt tại đây, chúng ta sẽ cứu rỗi cho con."

Nghe khuyên, Tiên Dung công chúa kể:

"Thế rồi, con bị cám dỗ, mê say, quên cả trách nhiệm. Đến chừng nghe nơi trù phòng phát hoả, hơi nóng bốc lên, lửa phụt sáng ngời, con chợt tỉnh, chạy đến, thì rượu chưng quá nóng, bốc thành hơi, xông lên, gặp lửa phát cháy. Cũng may mà trù phòng cất bằng lưu ly, mã não, xa cừ, lại có trấn ngọc tỵ hoả, nên không phát cháy theo. Nhưng con không sao cứu được mấy chế rượu tiền tửu nối nhau cháy phừng phừng, không còn một giọt."

Chư Phật, chư Tiên nghe kể, ngẫn người không hiểu, sao một nàng công chúa ngoan ngoãn như Tiên Dung, lại có thể bị cám dỗ dường ấy. Riêng Ngọc Hoàng lại tự thấy thẹn. Thẹn vì mời đủ khách quí đến, mà không còn một giọt rượu tiên để đãi khách. Thẹn vì chính con gái mình lại kém nữ công, nữ hạnh. Thẹn thêm vì đứa con gái ấy thú nhận trước Phật Tiên rằng mình đã bị cám dỗ. Rồi vì gia phong, vì để làm cho luật trời được tôn nghiêm, Ngọc Hoàng phán:

"Trọng tội như thế này, ngươi đầu thai xuống trần mà tu luyện lại để chuộc tội."

Tiên Dung công chúa chỉ có lạy cha mà vâng lệnh, rồi lạy mẹ, rơi luỵ, mà từ biệt.

Chư Phật, chư Tiên không dám nói thế nào, vì tự xét một cái lỗi to như vậy, nếu không trị tội, thì làm sao giữ được uy nghiêm của luật trời. Chỉ có Phật Di Lạc, vị Phật đang hoài bão cái mộng lớn là sửa đổi lại luật trời cho hiệp với sự tiến hoá của người, của vũ trụ, Phật Di Lạc e rằng trong việc Tiên Dung công chúa phạm tội nầy, ắt có đôi điều trắc ẩn. Ngài bèn gọi Tiên Dung công chúa đến an ủi:

"Nay con bị đày xuống trần gian, con có mong được đầu thai làm thế nào, con cứ nói bác liệu có tâu rỗi giùm, thì bác cố gắng."

Tiên Dung công chúa ngập ngừng rồi thưa:

"Nếu bác thương tình, con lạy bác, xin bác tâu với vua cha cho con đầu thai làm con mọt sách."

Phật Di Lạc lấy làm lạ hỏi:

"Tại sao con muốn đầu thai làm giống vật chỉ có ăn giấy mục, mực hôi loài người thù ghét, gặp đâu giết đó, lại đem thuốc độc mà phun vào giấy, vào hồ, để con ăn phải, thì chết ngay?"

Tiên Dung công chúa thẹn thùng thưa:

"Con vốn biết cái kiếp của con mọt sách là như thế. Nhưng mà trót đọc lở dở một chuyện lý thú, mà dừng nửa chừng, con tiếc không cùng. Con nguyện, khi xuống trần, tìm khắp nơi, quyển sách con đã đọc một phần, để đọc nốt cho hả dạ. Mà có giống gì mãi mãi sống bằng sách vở, ngoài ra con mọt sách?"

Nghe thuật đến đây, Lân Trinh chặn ngang hỏi:

"Vậy thì Tiên Dung công chúa được đầu thai làm con mọt sách à?"

"Chính là như vậy! Nàng đã đời đời, kiếp kiếp len lỏi tất cả đủ các thơ viện, khắp tất cả tủ sách, để tìm một quyển như quyển đã được mình đọc lúc còn ở Thiên đình. Thế mà chưa gặp nên lang thang kéo dài một nghiệp ăn giấy mực, mực hôi. Và khi gặp người, thì bị giết."

Dừng lại một phút để nén sự cảm động, nàng nói tiếp:

"Chỉ có một lần thôi, Tiên Dung công chúa không bị giết. Vừa bị tay đè lên mình, tưởng đã nát thân, chính là chàng đã cất tay lên để dung cho mạng sống. Nên bây giờ, tôi đến đây, để đền ơn tha giết, kể lại văn thơ tôi đã được đọc cho chàng nghe. Chàng không sách mà đọc, thì hãy nghe tôi kể chuyện. Cũng chẳng khác nào chàng được đọc sách vậy."

(*Truyền Tin*, số Xuân Ất Mùi)

Những chuyện tiếu lâm về "quặp râu"

CHUYỆN ANH NHÀ QUÊ QUẶP RÂU

Ngày xưa, có hai anh nọ, Giáp và Ất, là bạn chỉ thân. Hôm nọ, Giáp đến nhà Ất chơi, thấy Ất mặt mày sưng vù, dấu cào xé còn rõ trên má. Thấy bạn như vậy, Giáp động lòng, hỏi:

"Tại sao anh ra như thế?"

"Tại trời…"

"Làm gì mà tại trời? Trời đánh thì chết ngay, trúng xém, thì anh cũng nám da nám mặt, đâu có những dấu cào xé như thế này?"

"… Tại trời mưa."

"Trời mưa, thì ướt mình, có mưa đá đi nữa, thì một hai dấu ném trên đầu, chớ làm sao có những dấu nọ?"

"Anh nóng quá, để tôi kể đầu đuôi cho mà nghe. Số là, sớm mai nầy, khi đi chợ, mẹ nó có phơi cái váy nơi sào. Tôi ở nhà mê đọc tiểu thuyết, nên trời mưa mà tôi quên lấy vào. Khi mẹ nó về, thấy váy của nó ướt, nên đánh tôi ra thân thể như vầy."

"Hứ! Anh là thứ đàn ông hư phải gặp tôi, mà xem…"

Vừa nói đến đây, thì Giáp nghe sau lưng mình, có tiếng thứ ba chen vào:

"… Phỏng gặp tôi, thì đã xem cái gì?"

Giáp lật đật quay lại nhìn, thì là bà Giáp đứng ngay sau lưng, và vừa hỏi câu nọ. Lanh trí, Giáp quặp râu lại và trả lời:

"Phải gặp tôi, thì trời vừa kéo mây, tôi đã cẩn thận lấy vô rồi."

CHUYỆN NHÀ TRÍ THỨC QUẶP RÂU

Ngày xưa, có một vị vua nọ đến đỗi là anh hùng, đánh đâu thắng đó, oai danh đồn khắp các nước ngoài, trẻ con nghe nói đến tên chẳng dám khóc, quân vừa kéo đến biên giới một nước nào, thì nước ấy đầu hàng ngay. Thấy ai nấy cũng sợ mình thì nhà vua càng khổ tâm hơn nữa.

Một hôm, người cho vời tất cả bá quan văn võ, các bực hiền đức, các nhà trí thức đến đủ mặt tại sân chầu, rồi trang nghiêm, người đứng phán rằng:

"Ta được tiếng là anh hùng nhưng không ai biết mình cho

rõ hơn chính mình, ta xét ta không đủ tư cách mà lãnh cái danh lớn ấy. Bởi ta cảm thấy ta còn biết sợ. Vì vậy, mà ta xét thấy mình không xứng đáng mà ngồi nơi ngai nầy. Nay ta muốn noi gương các vua hiền đời xưa, nhường ngôi cho ai nhiều đức hạnh hơn. Nên ta cho gọi tất cả bậc hiền lương trong xứ, và hôm nay, ta mở một cuộc thi chung để tìm ra người nào là xứng đáng thay ta mà lên ngôi báu. Vậy ta ra lệnh cho tất cả tham gia vào cuộc thi nầy. Và đây là bài thi thứ nhất. Nơi sân, ta đã vạch trước một đường thẳng. Vậy cả thảy đều bước sang tay tả đi."

Lịnh vừa truyền tất cả đều sang bên tả, Vua nói tiếp:

"Những ai sợ vợ, thì bước sang hữu, ai không sợ thì đứng lại!"

Cả thảy ríu ríu bước sang qua bên hữu, chỉ chừa một lão già quặp râu lại mà đứng nguyên chỗ cũ. Vua mừng quá, bước xuống ngai, vịn vai lão già mà nói rằng:

"Thật là hồng phúc của nước ta, mới được có người xứng đáng như thế này. Ta vốn có tiếng là anh hùng, nhưng trong cung, hãy còn sợ hoàng hậu. Nay có người, ngoài không sợ ai, trong không sợ vợ thì xứng làm vua nước nầy biết chừng nào!"

Lão già run bẩy bẩy tâu rằng:

"Tâu bệ hạ, thần không dám nhận."

"Cớ sao khi nãy, ta truyền lịnh xong người chẳng bước sang bên hữu?"

"Bởi vì thần sợ vợ quá. Vừa nghe nói đến, thì là hồn phi phách tán, chết đứng rồi, còn đi đâu nổi mà bước sang bên kia? Bệ hạ cứ xem lại râu của thần, nó quặp sát vào cổ thì biết."

CHUYỆN DIÊM VƯƠNG QUẶP RÂU

Ngày xưa, có một chàng thi sĩ nọ dùng thơ ca mình mà rung động không biết bao nhiêu trái tim non, mà chẳng để cho cô nào được diễm phúc yêu chàng. Rồi thất vọng, các cô ấy thảy liều mình tự tử. Trên trần tục, chẳng có luật pháp nào trị tội giết người bằng lối đó. Nên bè bạn của chàng thi sĩ khuyên dứt chàng:

"Anh làm vừa vừa chớ! Đã đành luật đời chưa có khoản nào buộc tội anh được. Nhưng luật trời khó thoát. Khi chết rồi, anh không sợ bị luật của Diêm đình sao?"

"Diêm đình ấy à? Tôi nào có sợ thứ toà án vô hiệu lực ấy?"

Không dè lời thống mạ toà án nọ đã có kẻ ghi chép, tâu ngay với Diêm Vương. Sổ biên đã quá dài rồi, nên khi tới số, hồn chàng bị bắt xuống Diêm đình. Thì hôm ấy chín cung kia đều nghỉ việc và tất cả mười vua ở Diêm thế, tất cả quỷ dạ xoa đều hội lại thành hội đồng để hình đặc biệt. Mục đích của hội đồng để hình là: 1) xét coi cái tội giết người bằng tình yêu của chàng thi sĩ, trên trần chẳng có luật nào buộc tội, dưới âm phủ, cũng chưa lập thành điều rõ ràng, nay phải phạt bằng cách nào; 2) xử tội chàng thi sĩ nầy dám buông lời mắng toà án là vô hiệu.

Hôm ấy, Diêm chúa làm chủ toạ, các vua khác, ngồi ghế hội đồng. Bao nhiêu quỷ dạ xoa hầm hầm, chờ hô một tiếng là xốc vào, mần…

Phán quan đọc án vừa xong, thì Diêm chúa hỏi chàng có lời gì để bào chữa lấy. Chàng bước tới, bộ nghinh ngang, dáng khinh khỉnh, ai thấy cũng no giận cành hông, nhưng chờ chàng nói gì. Chàng mở miệng:

"Thưa dượng…"

Nghe gọi mình bằng dượng, Diêm chúa sợ hãi, liền quặp râu, té xỉu. Các vua xốc lại đỡ vào hậu đường, và tạm bế mạc phiên toà. Vào trong, quạt hồi lâu, Diêm chúa mới tỉnh, thì thấy bóng bà đi ngang qua. Vội vã, người gọi lại hỏi nhỏ nhỏ:

"Bà có nhớ, hồi trên trần, bà có con cháu gì gọi bà bằng cô hay bằng dì chăng?"

"Ông khéo hỏi mà thôi? Bộ ông bà tôi làm ác, làm tội đến thế nào, mà tuyệt tự, cho đến đỗi tôi không còn con, còn cháu?"

Nói rồi, bà nguýt ông một cái, mà bước vào sau. Diêm chúa mừng không xiết. Cũng may mà người chết xỉu kịp, bằng không, rủi kết án nhằm con cháu của bà, (mà đích thị là con cháu của bà rồi, lại là gọi bà bằng cô hay bằng dì, nên mới kêu mình bằng dượng), nếu rủi kết án con cháu bà, thì chỉ có đường bỏ quách chức Diêm Vương nầy cho rồi mà trốn đi, chớ ở nán lại đây, thì làm sao mà chịu bà cho nổi?

Có phải là sợ vợ, sợ tên tiếng vợ chưa phải là quá. Diêm chúa sợ lấy đến cả cháu vợ nữa chăng?

(*Truyền Tin*, Xuân Ất Mùi)

Đồng bào ơi! Quả thật là đại biến
(Kịch trào phúng)

Màn duy nhất, xảy ra tại Phan Thành, kinh đô của Nước Mắm, vào dịp Tết đầu năm Dê. Nhân vật gồm có ba ngô Dê là:

Trạng sư Tẹo,
Bác sĩ Tèo,
Chú bút Teo.

Ba cái tên Tẹo, Tèo, rồi Teo, diễn tả đúng ba quá trình của một chàng Dê, vừa thấy " đối tượng" là cô sáu Mường Mán, (C.S.M.M.) là sanh bụng Teo, tức nhiên bày lắm trò lung tung để... Tèo. Nhưng mà khi gặp cái "phản tượng", thì... Teo mất.

Vậy hai nhân vật đàn bà (là cô sáu Mường Mán và bà chủ bút Teo) chỉ là nhân vật phụ mà thôi.

Tác giả kém tài sáng tác, nên nhận lỗi trước rằng chính mình đã Ki Góp Jo Cì.. (xin đọc là Khi Góp Gió Kỳ… Nghĩa là người ta góp gió làm bão, còn khi tôi hứng thú mà góp gió kỳ lạ thì…) mà ăn cắp mấy bạn văn vài đoạn.

Vậy thì kịch trào phúng nầy vốn là một BẢN KỊCH ĂN CẮP. Bởi chữ Hán Việt, ăn cắp thì nói rằng "du", thì tác giả xin phép đặt tên bằng một "danh từ mới" là "du kịch", và yêu cầu danh từ nầy được nêu trong bộ từ điển của bạn Vi Huyền Đắc đang khởi sự viết.

Và nếu bạn văn nào thấy mình bị cóp văn, thì viết thơ cho chúng tôi, chúng tôi xin đền tội bằng một số *Văn*, có đóng bìa đẹp và có đăng kịch nầy vào.

Toà soạn *Văn*

*

Nhà cô sáu Mường Mán, một nữ danh ca của Phan Thành, kinh đô của Nước Mắm. Cảnh trang hoàng có vẻ ăn Tết. Trên bàn bày sẵn đồ nhậu rượu… Bốn cái ghế còn trống.

C.S.M.M. (*đứng dậy nhìn đồng hồ*) – Quá giờ hẹn rồi! Mà sao mấy ổng chưa chịu lại? Tết nhứt mà bị cái điểm sai hẹn đầu năm nầy, thì hết làm ăn gì nữa! (*nhìn vào đồ nhậu*) đã sai hẹn với người, lại sai hẹn luôn cả với đồ nhậu! Để nó lạnh hết thì sao? Sai hẹn và sai hẹn! Mấy ông nghị tương lai nầy lôi thôi quá! Không biết rồi họ hứa với dân, họ có giữ đúng lời không? Chớ hứa với em út, thì họ sai lời rồi đó. (*Bộ tịch chán nản, ngồi phịch vào một cái ghế, ấy tờ báo mở ra.*) Thôi mặc kệ họ! Trông chờ chi cho mỏi mắt? Sẵn có tờ báo VỊT CỒ Vừa gởi tới số báo Xuân và ra mắt, ta coi thử có gì chăng. (*Lật báo, liếc sơ, chẳng buồn đọc.*) Luận là luận. Thứ ấy ngán như cơm nếp mà in mãi cho tốn giấy… À, có thơ, Thơ trào phúng nữa! Ngâm thử bài thơ của ông Đỗ Quỷnầy xem ra sao! (*ngâm*)

Phen nầy quyết đầu đơn, ta ứng cử.
Ra tranh tài, làm ông nghị, thử một kỳ chơi!
Trước được danh, sau nữa để… khuấy đời.
Cùng múa mỏ, khua môi, hùng biện… đại.
Nào dèm xiểm chuyện người tin là.. phải,
Nào ngợi khen kẻ làm trái, bị .. hàm oan
Nào bốc tưng mấy "sư", mấy "lão" làm tàng.
Nào binh vực kẻ nghinh ngang.. hiếp yếu.
Muốn chương trình đủ đầy không thiếu.
Cần một bài hiệu triệu… thật chối tai.
Ra kỳ nầy quyết thay mặt bất kỳ ai..

TRẠNG SƯ TẸO, BÁC SĨ TÈO, CHỦ BÚT TEO(*cùng bước ra một lượt, và cùng ngâm tiếp theo*)

Nhứt là thay mặt nàng có tài ngâm vịnh…
Chữ dạy rằng "duyên do thiên định"
Tẹo, Tèo, Teo cùng một "bịnh" mới gặp nhau đây.

C.S.M.M. (*nghe ngâm thơ day lại*) – Dữ hôn! Tưởng nước

sông Mường Mán đã lụt kéo mấy anh ra ngoài khơi rồi! Trễ gì mà trễ đến nửa tiếng đồng hồ?

T.S. TẸO – Đành xin lỗi em vậy! Qua phải lo viết cho xong bài diễn văn, để vài năm nữa anh đăng đàn, em biết không, anh đăng đàn ra mắt cử tri.

B.S. TÈO – Qua cũng vậy! Bởi nghe nói phái đẹp sẽ bỏ thăm, nên anh gò gẫm cho bài diễn văn thật là… mùi

C.B. TEO – Còn qua đây cũng vậy. Bởi qua quen viết văn bút chiến, mà chuyến nầy nghe nói sẽ có cử tri ở phái yếu nhiều, thì e giọng "chiến" không hạp nữa, nên qua lo rèn luyện lối văn "bút hoà" vậy!

CẢ BA *(làm bộ trịnh trọng)* – Cả ba tôi xin tạ tội với người đẹp Phan Thành có giọng hát ngọt nồng như… nước mắm nhỉ.

C.S.M.M. – Thôi đừng giễu nữa, các anh. Mời các anh nhập tiệc.

C.B.TEO – Nhập thì nhập. Nhưng đây là buổi tiệc thân mật và nồng nàn của đầu năm. Em Sáu, em hãy tuyên bố cho các anh biết lý do và mục đích của buổi tiệc nầy!

T.S. TẸO và B.S. TÈO – Phải! Phải. Anh chủ bút nói có lý lắm. Đáng là tay cầm đầu dư luận lắm! Nếu em không nói rõ ý nghĩa của bữa tiệc nầy, thì các anh đây: chủ bút Teo, bác sĩ Tèo, trạng sư Tẹo, các anh thiếu hăng hái để xung phong bọn dịch (*chỉ những đồ nhậu*) do món gỏi ghẹ nầy chỉ huy, và do món rượu đế nầy làm tham mưu.

C.S.M.M. – Thôi mời các anh ngồi đã (*cả ba kéo ghế ngồi*) các anh đã hỏi, thì em xin thưa. Lý do là mừng trước ba anh sắp làm nghị sĩ của Nước Mắm. Còn mục đích là nhắc cho các anh nhớ rằng, khi đã công thành danh toại, phỉ chí rồng mây, thì các anh đừng quên em. Để cho em được chút thơm lây đó mà!

CẢ BA – (*vỗ tay*) Hoan nghinh em Sáu. Em chớ lo.

C.B. TEO – Dân đen kia, lầm than đói khổ, tiều tuỵ, xanh xao kia đã bị nạn nước lụt mà không cơm ăn, thêm bị nạn lửa cháy mà không nhà ở, mà chúng anh còn không quên thay! Thì có lý nào lại quên được một người mặt hoa da phấn, hàng lụa bọc mình, ngọc vàng lấp lánh như em. Huống chi em còn là con chim hoạ mi, thinh sắc lưỡng toàn của kinh đô Nước Mắm?

C.S.M.M. – Các anh khen quá lời. Em cám ơn đấy! Và để đánh dấu lời hứa hẹn, mà em mong rằng ba anh giữ, chớ không quên như lời các ông ứng cử hứa với cử tri, em mời ba anh nâng ly rượu! (*bốn người nâng ly rượu*)

C.B. TEO – Chỉ còn thiếu mỗi người nhỏ một giọt máu vào rượu, hoà lại, chia nhau mà uống, thì bữa tiệc nầy có khác nào, đời Đông Châu Liệt quốc, những lễ hội, chư hầu uống máu ăn thề.

C.S.M.M. – Và em là vị thiên tử nhà Châu. Ai phò được em, thì được làm bá chủ: *(cả thảy cười, cụng ly uống rượu)* Mà nầy, ba anh có đứng chung một số không?

CẢ BA – Không.

C.S.M.M. – Còn đợi gì mà không đứng chung một số cho dễ cổ động? Em nghĩ thành phố mình chỉ có ba anh là bực anh tài, "một lòng vì dân (dân đen), vì nước (nước mắm)" Thì đừng chung một số cho nó mạnh. Trước để cho đồng bào khỏi hoang mang. Kế đến, em bước ra sân khấu, hát để cổ động, thì chẳng lẽ đỡ đầu anh nầy mà phụ tình anh kia? Chung một số, thì em dễ ủng hộ. MỘT CÂY LÀM CHẢNG NÊN NON…

CẢ BA – *(đồng đứng dậy, hoan nghinh)* Ba anh chung số, thì còn… số nào hơn.

C.S.M.M. – Chí lý vậy thay. Sẵn hứng, các anh hãy chọn một cái tên cho đầy ý nghĩa.

B.S. TÈO. – Để tôi đặt tên cho, Tánh tôi mau mắn lắm! Gặp bịnh, tay bắt mạch, tay viết toa. Bất cứ bịnh gì. Tánh tôi mau lắm.

C.S.M.M. – Thì anh đặt tên cho!

B.S. TÈO – Tôi đặt tên cho số chúng ta là số "Sức khoẻ mới"

C.S.M.M. – Thật là tuyệt: Nghe đến tên số, người ta đã thấy ngay các anh sẽ truyền bá vệ sinh và tân y học, sẽ gây đời sống mới, sẽ lo sức khoẻ của dân nghèo. Dân đã có sức khoẻ mới thì dân sẽ mạnh. Dân đã mạnh, thì lo gì mà nước không giàu?

T.S. TẸO – Nhưng tôi còn có ý kiến này, cô Sáu. Nước mình là Nước Mắm. Dân mình thì thích, Vị tất dân nước ngoài đã ưa? Bởi vì mùi nước mắm hăng lỗ mũi họ, họ khó chịu. Bây giờ tôi đặt tên sổ ta là sổ "Nước Mắm mới".

C.S.M.M. – Thật là tuyệt nữa. Đó là một khẩu hiệu, một con đường. Dân ta cố gắng theo sản xuất một thứ nước mắm vừa hạp với sở thích của người trong nước, vừa xuất cảng ra ngoài được cả thế giới hoan nghinh. Trong có hậu thuẫn nhân dân. Ngoài có lập trường quốc tế, lo gì mà nước chẳng giàu, dân chẳng mạnh?

C.B. TEO. – Em Sáu thật là hùng biện. Nhưng xin lỗi hai anh, bởi các nghệ của tôi là nghề làm báo, nên tôi rõ tâm lý của công chúng lắm. Tên mình đặt có ý nghĩa lắm…

B.S. TÈO và T.S. TẸO – Ý nghĩa lắm!

C.B. TEO – Đọc lên nghe kêu lắm…

B.S. TÈO và T.S.TẸO – Nghe kêu lắm!

C.B. TEO. – Ấy thế! Chính la tên có ý nghĩa đọc lên nghe kêu là hai cái nguyên nhân làm cho mình mất thăm. Bởi công chúng Nước Mắm nầy kỳ lạ lắm. Không quảng cáo, họ còn để ý. Hễ quảng cáo nhiều, thì họ phát nghi.

C.S.M.M., B.S. TÈO và T.S. TẸO - Ừ nhỉ!

C.B. TEO. – Trong dịp tuyển cử nầy, cốt yếu à đắc cử.

CẢ BA NGƯỜI KIA – Đúng đấy.

C.B. TEO, - Vậy không nên lấy cái thế "ý nghĩa" không nên lấy cái thế "nghe kêu", mà chính là ta hãy lấy cái thế "cử tri", thì việc mới thành.

BA NGƯỜI KIA. – Chỉ cần có "thế" ấy thôi.

C.B. TEO. – Mà cử tri chỉ sợ có một điều, là khi đắc cử rồi thì mình phủi áo.

BA NGƯỜI KIA. - Ừ nhỉ!

C.B. TEO. – Thế nên, phỏng theo tâm lý quần chúng, tôi xin đặt tên cho sổ mình là "chẳng quên ai!"

C.S.M.M. – Tuyệt diệu! Tuyệt diệu! Nhứt là ba anh cùng long trọng tuyên bố như vậy… Nghĩa là cũng chẳng quên em!

T.S. TẸO và B.S. TÈO – Đặt tên như vậy thật là nhã ngọc phun châu. Hai tôi (*cùng đứng dậy một lượt nâng ly lên*) bằng lòng "chẳng quên ai". (*cả thẩy đứng dậy, cụng ly uống.*)

C.S.M.M. – Ba anh ơi! Không được!

CẢ BA. – Cái gì mà không được?

C.S.M.M. – Ta lựa cái tên thật tốt. Không khác nào đưa ra một chai có dán một cái nhãn hiệu rất mê hồn. Nhưng mà…

CẢ BA – Nhưng mà cái gì?

C.S.M.M. – Nhưng mà sợ e cử tri thấy trong chai trống

không, thì ai mua chi cái chai không?

CẢ BA – Phải. Vậy ta cần phải thảo ngay một bản chương trình thật hay… *(ho luôn ba bốn tiếng)*

C.S.M.M. – Mau mau ta thảo chương trình đi!

B.S. TÈO. – Tôi chuyên môn *(đưa hai tay làm như tiêm thật)* tiêm chích. Vậy xin nhường lại cho hai anh. Kẻ có tài ăn nói *(chỉ T.S)* người múa bút như phụng múa rồng bay. *(chỉ C.B)*

T.S. TẸO – Nghề của tôi là *(le lưỡi ra)* uốn ba tấc lưỡi. Khi ra tranh cử, nhảy lên diễn đàn, tôi sẽ không sợ ai. Còn việc bút sa *(chỉ mấy món nhậu)*… gà chết nẩy, thì hôm nay, gà đã chết rồi, âu là bút sa đi vậy!

C.B. TẸO. – Thảo chương trình, thì phần nẩy vậy. Nhưng mà khi công thành danh toại rồi *(nhìn C.S.M.M.)*, thì tất nhiên "chẳng quên ai!"

CẢ BA NGƯỜI KHÁC. – Hoan nghinh! Hoan nghinh triệt để! Triệt để hoanh nghinh!

C.S.M.M. – *(Bưng các chén đĩa đã hết món nhậu rồi)*. Vâng! Tôi xin "triệt" các chén đĩa nẩy… *(bước vào trong cất rồi đem ra giấy bút)*… "để hoan nghinh". Nẩy, anh chủ bút! Để "chẳng quên ai". Tôi ngâm cho anh một bài, để anh nghe mà lấy hứng.

CẢ BA. – Hoan nghinh!

C.S.M.M. – *(ngâm)*

Nầy anh nghị tương lai ơi!

Là thăm trắng, tấm lòng trong,

Em biên hối hả mấy dòng, em gởi biếu anh!

Lá thăm nầy là thăm nghĩa, thăm tình.

Bao nhiêu mong ước ẩn mình ở trong.

Dân đen vẫn ước cùng mong.

Mong anh sao không quên hết, là quên hết nỗi lòng.

Là cái nỗi lòng của đám dân đem!

Họ mong cho anh sẽ thành một cây đèn.

Soi cùng ngõ ngách, chẳng quên, nào một cái hẻm nhỏ nào.

Mặc dầu sóng gió lao xao.

Dám, ăn, dám nói, đương mũi chịu sào, cho thiên hạ đừng
cười lại đừng có la.

Này nghị tương lai ơi,

Mong thế nào, em đã kể hết ra.

Nhưng nầy anh nghị hỡi!

Còn ba điều, anh xin tránh cả ba.

Một điều là: Nghị Gật xấu hổ thay là.

Hai là: Nghị áp phe coi vậy, thế mà lại xấu hơn,

Song le Nghị Dĩa Hát, cũng xin can.

Ý dân thì thế, mà ý xóm làng rất hợp với ý em.

BS. TÈO – T.S. TẸO (Cùng hỏi trong lúc C.B. TEO đang hí
hoáy   viết)   còn   ý   em   thì   lại   sao?

C.S.M.M. – (*hát nối*):

Này, này, nghe cho rõ ý em!

Đừng làm nghị RÂU QUẶP chẳng có cô nào thèm, anh Nghị
hỡi, anh Nghị ơi!

CẢ BA. – *(Vỗ tay, cười).* – Thật là thâm trầm. Thật là giết người không dao. Thưởng em một ly rượu.

C.S.M.M. – Em không dám nhận lời khen đó! Em chỉ đại diện cho giới em út mà nói thôi! Các anh có gan, thì hãy ăn chơi, đừng có thấy Bà mà quặp râu, rồi thiên hạ họ gọi rằng Dê, thì xấu hổ lắm.

T.S.TẸO. – B.S. TÈO.- Sao? Anh chủ bút kiêm đầu số "chẳng quên ai", Hai tôi nhường lời cho thủ lãnh.

C.S.M.M. – Mời anh chủ bút trổ tài nhả ngọc phun châu.

C.B. TEO. – Xin vâng lời người ngọc *(sửa giọng)* Bây giờ tôi xin đọc bản điều trần tôi đã thảo. *(Đứng lại một góc, trên một cái ghế, tằng hắng, vuốt cổ vài lần. Cả ba người kia dồn lại như la thính giả)* Đồng bào! Toàn thể đồng bào! Tôi xin khai mào bằng bốn câu thơ *(Cử toạ tuỳ lúc, khi thì vỗ tay, khi lại giậm chân, khi lấy vật gõ vào bàn ghế có nhịp nhàng).*

CỬ TOẠ - Ừ ơ ơ ơ.

C.B. TEO. – *(ngâm nghiêm trang)*

Người xưa ném bút theo đao cung,
Cán bút ta nâng luống thẹn thùng.
Ví bằng bút phụ lòng ta nguyện:
Biết kiếp nào đây sáng nghiệp Hồng?

CỬ TOẠ. – *(làm ồn để hoan nghinh)* Đùng… đùng… đùng. Là đùng… đùng… đùng.

C.B. TEO. – *(giọng hài hước ngâm tiếp)*

Tôi là chủ bút ốm tong... teo,
Nhưng chẳng hề khi nào... nấu cháo mượn đầu heo.
Hay phĩnh dư luận... như các ông bà chủ... báo
Và... nghiệp báo đời... đời tôi quyết đeo theo.

CỬ TOẠ. – *(làm ồn)* ẹo... èo...eooooo.

C.B. TEO. – *(trịnh trọng ngâm nối)*

Vốn là chủ bút,
Tôi luôn luôn mài bút
Cho nhọn, cho bén, cho sắc, để cắt nanh cắt vút.
Của những đồ ham hút...

CỬ TOẠ. – *(làm ồn)* – Hút gì? Hút á phiện chăng?

C.B. TEO. – *(trịnh trọng, hơn, ngâm tiếp)*

Hút mồ hôi nước mắt dân nghèo, ốm tong, ốm teo,

CỬ TOẠ. – *(làm ồn , hoan nghinh).* – Họ ốm tong teo cũng
bởi vì nghèo.

C.B. TEO. – *(hùng dũng, một tay múa)*

Tôi múa cây bút,
Tức thì bọn bợm phải thụt,

(Lấy bộ bi thương)

Những đám dân hiền lành như bụt
Bị doạm, bị hâm, là lo đem đút:
Hết tiền, hết ruộng,

Còn sợ cuống cuồng!

(Lấy bộ giận dỗi)

Cho mấy ông cá mập, chỉ biết có cái bụng mình,
Bụng lớn chình ình.

CỬ TOẠ. – *(làm ồn để hoan nghinh)* – Thình Thùng
thình… Thùng thình… Lắc cắc cắc… Thùng thình.

C.B. TEO. – *(oai vệ)*

Rồi tôi hươi ngọn bút,
Để mà hun đúc
Tinh thần bất khuất phục
Cho một số đồng bào bấy lâu nay chi biết cúi đầu.
Mà nhịn với nhục.
Bây giờ họ hiên ngang thẳng đầu lên, mà tố cáo.

CỬ TOẠ, – *(hoan nghinh)* Áo!.. Áo!… Áoooo

C.B.TEO. – *(đổi giọng thân mật)*

Tôi đây sẵn trong tay có báo
Không làm tiền không nói láo,

CỬ TOẠ. – *(mỉa mai)* Báo!… Báo!… Báo!

C.B. TEO. – *(oai vệ lại, tay chỉ thẳng)*

Nầy lớn mặt! Hối lộ, ăn hớt, ăn hao, ăn sau, ăn trước
Nầy tai to! Đầu cơ: cửa trước đón, cửa sau vào.

CỬ TOẠ. *(hát đưa em)* Ầu ơ ơ ơ. Đầu cơ là hỡi đầu cơ.

C.B.TEO. – *(căm hờn)*

Này lũ quỷ! Đem đủ mánh khoé mà khoét, mà đục.
Cho thêm điêu linh, cho thêm khổ cực
Đám dân vừa thoát qua nạn lụt,
Nghĩa là vừa thoát cơn chết hụt!

CỬ TOẠ – *(hưởng ứng, đứng dậy chỉ thẳng)*

A lê, bọn hạm bay, mau mau cút!
Các phường chuyên hút
Máu dân đen:
Cút mau nghen!

C.B. TEO. – *(bí mật nói nhỏ nhỏ)*

Đồng bào, này hỡi đồng bào... nghèo!
Đã thấy chăng? Chủ bút ốm tong... teo
Thế mà chương trình chuyến vĩ đại.
Cực kỳ vĩ đại!

CỬ TOẠ. – *(trào phúng)* Làm được không, chưa biết, thế mà kể đại!

C.B. TEO. – *(thong thả, nửa đùa, nửa thật)*

Làm được không? Teo này hãy còn một cái

Kế hay. Thật vô cùng hay!
Khổng Minh ơi! Mi có sống dậy cũng chẳng sánh tày.
Để hàn vá giang sơn gấm vóc.

CỬ TOẠ. – *(hấp tấp đứng dậy)* Hay lắm... Hay lắm... Hay lắm lắm

C.B. TEO. – *(cười chánh trị)*.Nhưng mà phải bỏ thăm cho tôi chớ!

CỬ TOẠ. – *(nóng nảy)* Ừ, ừ ừ. Còn đem thăm về thêm cho một mớ.

C.B. TEO. – *(chậm rãi, đều đều, như đọc một bản báo cáo)*

Kể từ Non Nước bị chia đôi,
Bên nở chê rằng món ấy hôi!
Ăn uống chi ròng dùng chất muối.
Cố quên quốc tuý phứt cho rồi.

CỬ TOẠ. – *(ra vẻ tội nghiệp)* Nhè nước mắm nhỉ mà đòi quên phứt cho rồi. Hỡi hỡi ôi! Là hỡi hỡi ôi!

C.B. TEO. – *(hơi buồn)*

Vừa dọn cơm ra đã thấy thêm…
Lấy gì mà chấm: Chả cùng nem?
Thịt bò bảy món, ai dùng muối?
Tội nghiệp dân đen mãi mãi thèm.

CỬ TOẠ. – *(Hoan nghinh nhiệt liệt)* Tất cả chủ lều nước mắm của Phan Thành nầy phải đậu tiền ủng hộ cho sổ mình đắc thắng. Quảng cáo cho Nước Mắm như vậy, thì thật là ngon như nước mắm nhỉ…

C.B. TEO. – *(ranh mãnh)*

Bây giờ ta đặt tại biên cương,
Mấy tĩn mắm ròng hiệu "Quốc Hương".
Máy quạt khổng lồ cho thổi mạnh,
Dồn mùi quốc tuý khắp mười phương.

CỬ TOẠ. – *(cùng cười, lấy tay quạt quạt trước mũi).* Mười

phương sẽ thơm nồng mùi "Quốc Hương". Ha ha ha... Là Ha ha ha.

C.B. TEO. – *(giả lấy tay bóp mũi)*

Mười phương nồng nực một mùi hương.
Cán bộ nhó nhăn, thể khác thường.
Dân chúng thấy thèm nhễu nước miếng.
Ngược luồn gió thổi tiến lên đường.

CẢ BA. – *(đứng dậy kẻ sau người trước đi bỏ chân trái trước).* Một hai một! Một hai một! Nào! Anh em ta cùng nhau xông pha lên đường!

C.B. TEO. – *(ngó lên trời, có vẻ một nhà tiên tri)*

Bất kể biên giới,
Họ cứ tràn tới,
Xung phong, tiến tới!
Để cho gặp Nước Mắm mới
Thoả bấy tình thương nỗi nhớ Nước
CẢ BA. – *(vẫn đi như quân đội)* – Bước … Bước… Bước. Là ta bước… bước.

C.B. TEO. – *(hoảng hốt, như đã làm một việc trọng tội)*

Té ra đã vi phạm hiệp ước,
Cái hiệp ước chia ra hai nước
Nước Muối và Nước Mắm,

CẢ BA.- *(ngừng lại thình lình, có đáng sợ hãi).* Nguy lắm... Nguy lắm... là nguy lắm lắm..

C.B.TEO.- *(hân hoan dường như đắc kế)*

Nguy thì có nguy
Nhưng không mấy dữ.
Vì tôi hiền lành:
Tôi không đội bom nguyên tử!

CẢ BA.- *(dường như bớt lo).* Cũng may! Nếu thả bom nguyên tử!... Thì chỉ có nước thứ ba thêm vào: Nước tử.

C.B. TEO. – *(hơi phách lối)*

Thình lình một trận lụt
Một trận lụt tối đa
Từ Mường Mán thổi qua.
Chẳng phải lụt Nước Mắm Quốc Hương
Mà là lụt Mê Hồn Hương
Căn bản là Nước Mắm,
Chế biến ra thành hơi,
Một thứ NƯỚC MẮM MỚI

(hất cằm nhìn T.S.Tẹo)

Đem lại SỨC KHOẺ MỚI

(hất cằm nhìn B.S. TÈO)

Đã là nước mắm, chắc chắn là có tính chất dân tộc.

CẢ BA. – *(vui mừng)* Dân tộc hoá quá!

C.B. TEO. – *(phồng ngực lên)*

Thêm chế thật nhiều, cung cấp đủ mọi người ăn.

CẢ BA. – *(hoan nghinh)* Đại chúng hoà ghê quá!

C.B. TEO. – *(Ưỡn người lên)*

Lại chế bằng nhà máy tối tân
Cho kỹ sư điều khiển
Nhà bác học chế biến
Nên nó không hôi:
Chẳng một ai lôi thôi
Đòi chia rẽ Mắm Muối!
Thật là đúng với khoa học

CẢ BA. – *(vỗ tay)* Khoa học hoá ghê quá sá!

C.B. TEO. – *(sung sướng nhìn ngược lên trời, không thấy gì bên cạnh râu đưa thẳng)* – A ha ha! Thế là tăm tiếng…

CẢ BA. – *(vừa chạy toán loạn, vừa la)* Trời ơi có biến, có biến!

C.B.TEO. – *(lúc đó vợ TEO đã vèo vào cổ TEO một cái, TEO vẫn nhìn thẳng lên trời, tay rờ lên cổ)*

Sao mà cổ tôi đau, như bị kiến….

(gặp tay vợ, quay lại thấy, hoảng hốt, RÂU QUẶP lại)

Đồng bào ơi! Quả thật là đại biến.

Hạ màn

Cùng viết với Nguiễn Ngu Í

(Truyền Tin, số xuân Ất Mùi)